ஒரு துண்டு ரயில்

ஒரு துண்டு ரயில்

நெய்வேலி பாரதிக்குமார்

எழுத்து
பிரசுரம்

Title: Oru Thundu Rayil
Author's Name: Neyveli Bharathi Kumar

Published by Ezutthu Prachuram

Ezutthu Prachuram
(An imprint of Zero Degree Publishing)
No.75 & 76, I Floor, Kuppusamy Street,
Balaji Nagar, Padi,
Chennai - 600050

Website: www.zerodegreepublishing.com
E Mail id: zerodegreepublishing@gmail.com
Phone: 89250 61999

Ezutthu Prachuram First Edition : October 2025

ISBN :978-93-48439-66-6

TITLE NO EP :591

Rs.220/-

Layout: G.Selva kumar
Cover Design: Negizhan
Printed at Rathna Offset, Chennai, India

தமிழ் இலக்கியச் சூழலில்
இடைநிலைப் படைப்பாளிகளை அங்கீகரித்தும்
ஊக்குவித்தும், தனித்துவமான ஸீரோ டிகிரி பதிப்பகத்தை
நிர்வகித்தும் வருகின்ற
சகோதரி காயத்ரி ஆர். அவர்களுக்கு
இந்த நூல் சமர்ப்பணம்...

பொருளடக்கம்

முன்னுரை

யாருக்காக எழுதுகிறோம்

தமிழ் இலக்கியச் சூழலில் பொதுவாக படைப்பாளிகள் மூன்று வகையினராக இயங்கிக்கொண்டு இருக்கின்றனர். முதல் வகை பணக்கார வீட்டுப் பிள்ளைகள் போல குழுக்களால், அமைப்புகளால், மூத்த எழுத்தாளர்களால் கண்ணும் கருத்துமாக வளர்க்கப்படுகிறவர்கள். அவர்களுக்கு ஆசீர்வாதங்கள், பாராட்டுகள், முதல் நூல் வெளிவரும் போதே நடிகர்களின் பிள்ளைகள் அறிமுகமாகும் படத்திற்குக் கிடைக்கும் விளம்பர வெளிச்சம் போல அவர்களது இலக்கிய வாழ்க்கை பிரகாசமானது.

மூன்றாவதாக ஒரு பிரிவு - அவர்கள் வணிக எழுத்துகளால் அறியப்படுகிறவர்கள். அவர்களுக்குத் தேவை உழைப்புக்கான ஊதியம் கையில் கிடைத்தால் போதுமானது. அதுவே முதன்மையான நோக்கம் என்பதால், அவர்கள் ஒரு வரி கதை, ஒரு பக்கக் கதை, துணுக்குகள் இப்படி சன்மானம் கிடைக்கும் சந்தர்ப்பங்களே போதுமானது. வேறு அங்கீகாரத்துக்கு ஆசைப்படுவதில்லை. அது ஒரு மாதிரி ஜென் நிலை என்று கூட சொல்லலாம்.

சமூக வாழ்வில் மத்தியதர வர்க்கத்தினர் மாதிரி இடைநிலை இலக்கியவாதிகள் இருக்கிறோம். நாங்கள் வணிக பத்திரிகைகளுக்கும் குறிப்பிட்ட எல்லைக்கு மேல் போக முடியாது. சிறு பத்திரிகைகளிலும் ஓர் எல்லைக்கு மேல் போக முடியாது. மிகச் சிறந்த படைப்புகளை எழுதி இருப்போம். பெரிய எழுத்தாளர்கள் என அறியப்படுகிறவர்கள் அவற்றை வாசிக்க முயற்சிக்க

மாட்டார்கள். அப்படியே வாசித்தாலும் அந்த ரகசியத்தைப் பொதுவெளியில் சொல்ல மாட்டார்கள். உண்மையில் அவர்களை ஆச்சர்யப்படுத்தும் படைப்பை இடைநிலை எழுத்தாளர்கள் எழுதி இருப்போம். மிகச் சாதுர்யமாக எங்கள் பெயர்கள் உச்சரிக்கப்படுவதில்லை. ஆனால் நாங்கள் போகிற இடம்தோறும் அப்படியான படைப்பாளிகளைத் தலையில் சுமந்து செல்வோம். பணம் செலவு செய்து அவர்களின் புத்தகங்களை வாங்கி வாசித்துப் பரிந்துரைப்போம். முடிந்தால் சமூக ஊடகங்களில் அவர்களைக் கொண்டாடுவோம்.

என்னுடைய அனுபவத்தில் என்னுடைய படைப்புகளை வாசித்த பெரிய எழுத்தாளர்கள் என்னிடம் தனிப்பட்ட முறையில் பாராட்டி இருக்கிறார்கள். ஆனால் என்னுடைய படைப்புப் பற்றி பொதுவெளியில் பேசுவதில்லை. என்னுடைய படைப்புகள் அப்படிச் சொல்வதற்கு நூறு சதவிகிதம் தகுதியான படைப்புகள் என்பது நிச்சயம் தெரியும்.

ஆனாலும் இந்த இடைநிலைப் படைப்பாளிகளை அவர்களது படைப்புகளைப் பற்றி வெளியில் சொல்லத் தடுப்பது எது? உண்மையில் அதற்கான காரணம் எனக்குத் தெரியவே இல்லை. இடைநிலைப் படைப்பாளிகள் போலவே இடைநிலை அமைப்புகள் இருக்கின்றன. அவர்கள் நடத்தும் போட்டிகளில் வென்று ஆறுதல் அடைவதுதான் ஒரே வழி. மிகப்பெரிய படைப்பாளிகள் இந்த அமைப்புகள் குறித்தும் பேசுவதில்லை. ஏனெனில் பேசும் அளவுக்குத் தகுதியானதாக அவை இல்லை என்கிற எண்ணம் அவர்களுக்கு இருக்கிறது. மிகப் பிரபலமான படைப்பாளிகள் சொல்லும் பெயர் பட்டியல்கள் மிகுந்த ஆச்சரியத்தை அளிக்கின்றன. அவர்களை விட பல மடங்கு சிறப்பாக எழுதுகிற இடைநிலைப் படைப்பாளிகள் இருக்கிறார்கள். சிறிய அளவு இலக்கியப் போட்டிகளில் வெல்கிறவர்கள், இடைநிலை அமைப்புகள் தரும் விருதுகளைப் பெறுகிறவர்கள் சிறந்த படைப்பாளிகள் இல்லை என்கிற எண்ணம் காரணமாக இருக்கலாம்.

அப்படியானால் இந்த இடைநிலைப் படைப்பாளிகள் யாருக்காக எழுதுகிறார்கள்? பளபளப்பான சிற்றிதழ்களில் பெரிய எழுத்தாளர்கள் எழுதுகிறார்கள் என்றால் அட்டைக்கும், உள்ளே

இருக்கும் தாள்களுக்கும் அதிக வித்தியாசம் இல்லாத அளவுக்கு உள்ள எளிய சிற்றிதழ்களில் இடைநிலைப் படைப்பாளிகள் மிகச் சிறந்த படைப்புகளை ஆரவாரமில்லாமல் எழுதி, அதை நண்பர்களுக்கு முகநூலில் பகிர்ந்து தங்களைத் தாங்களே ஆசுவாசப்படுத்திக் கொள்கிறார்கள். மனஉறுதி தளராமல் தொடர்ந்து இயங்குகிறார்கள். தங்களது மனம் கவர்ந்த படைப்புகளை எந்த விருப்புவெறுப்புமின்றிக் கொண்டாடி மகிழ்கிறார்கள். ஒரு வரியில் சொல்வதானால் நேர்மையான வாசிப்பும், படைப்பும் அவர்களைத் தன்னடக்கமாகவே வைத்திருக்கிறது. உன்னதமான படைப்பொன்றை வாசித்தால் அடடா இதுபோல் அல்லவா எழுதவேண்டும் என்று உள்ளம் உருகி சக படைப்பாளிகளிடம் பகிர்கிறார்கள்.

என்னிடம் ஒரு நண்பர் கேட்டார், உங்கள் படைப்புகள் மிகச் சிறப்பாக இருக்கின்றன. வணிகப் பத்திரிகைகளில் குறைவாகவே பிரசுரமாகின்றன. பெரிதாக அறியப்படாத சிற்றிதழ்களில் அதிகம் பிரசுரமாகின்றன. அவற்றை வாசிப்பவர்கள் குறைவு. உங்கள் தொகுப்புகளை எந்தப் பெரிய எழுத்தாளரும் குறிப்பிட்டு நான் பார்த்ததே இல்லை, அப்படியானால் நீங்கள் யாருக்காக எழுதுகிறீர்கள்? என்று கேட்டார். நான் புன்னகையுடன் பதில் சொன்னேன். ஒரு பத்து இருபது பேர் வாசிக்கக் கூடும். அவர்கள் அபாரம் என்கிறார்கள். மிகப்பெரும் திரளில் இருந்து அவர்களின் பிடியிலிருந்து திமிறிக்கொண்டு வரும் ஒரே ஒரு அபாரம் எனக்குப் போதுமானதாக இருக்கிறது. ஹோமியோ மருந்தின் ஒரு சிறு உருண்டை மிகப்பெரும் வியாதியைச் சரிசெய்வதுபோல அச்சொல் அத்தனைப் புறக்கணிப்புகளையும், காழ்ப்புகளையும் கரைத்துக் குடித்துவிடுகிறது. நான் பூரண குணமடைகிறேன். ஆனால் என்னுடைய தீவிர வாசகன் இன்னும் ஐம்பது வருடங்கள் கழித்தோ நூறு வருடங்கள் கழித்தோ வாசித்துக் கொண்டாடி பிரமிக்கலாம். அப்பொழுது என் சமகாலச் சிறந்த எழுத்தாளர்கள் பட்டியல் இருந்த இடம் தெரியாமல் மண்ணாகி இருக்கலாம். ஒருவேளை அந்தப் பட்டியலை உருவாக்கியவர்கள் கூட காணாமல் போயிருக்கலாம் என்று சொன்னேன்.

அப்படியானால் நான் யாருக்காக எழுதுகிறேன் என்கிற கேள்விக்கு என்னுடைய பதில் விருப்புவெறுப்பின்றி ‘அற்புதம்’ என்று எழும்

அந்த அப்பழுக்கற்ற குரல்களுக்காக எழுதுகிறேன். எனக்குத் தெரியும் அவை மிக வலிமையான குரல்கள் என்று... அந்தக் குரல்களைத் தேடி இந்த ஐந்தாவது சிறுகதைத் தொகுப்பை உங்கள் முன் சமர்ப்பிக்கிறேன்.

என் முந்தைய தொகுப்புகளில் உள்ளது போல, பல்வேறு போட்டிகளில் பரிசு பெற்றச் சிறந்த சிறுகதைகள் இதில் இருக்கின்றன. அதில்லாமல் பல்வேறு பத்திரிகைகளில் வெளியான நல்ல கதைகளும் உள்ளன. என்னுடைய படைப்புகளைப் பிரசுரம் செய்த குமுதம், உதிரிகள், பேசும் புதிய சக்தி, கண்ணாமூச்சி, கொலுசு, சிற்றுளி, அந்திமழை ஆகியவற்றின் இதழாசிரியர்கள் அனைவருக்கும் என் மனம் நிறைந்த நன்றி.

ஸீரோ டிகிரி அமைப்பு தமிழ் இலக்கியத்துக்குக் கிடைத்த கொடை. ஸீரோ டிகிரி இலக்கியப் போட்டிகள் காரணமாக இரண்டு மிக முக்கியமான செயல்பாடுகள் சாத்தியமாகின. ஒன்று புதிய படைப்பாளிகள் உருவாகினர். மேலும் அறியப்படாத இடைநிலைப் படைப்பாளிகள் பெயர்கள் அதிகம் உச்சரிக்கப்பட்டன. படைப்புகள் கவனிக்கப்பட்டன. இரண்டாவது இலக்கியப் போட்டிகளை நடத்த அமைப்புகள் முன்வரத் தொடங்கின. தமிழில் சில நல்ல நாவல்கள் வெளிவர ஸீரோ டிகிரி நிறுவனம் மிக முக்கியமானக் காரணமாக அமைந்தது.

இப்படியே போனா பல நல்ல படைப்பாளிகள் உருவாகி விடுவார்களே என்று பதைத்துப்போன சில விமர்சனக் கொழுந்துகள், அரும்பாடுபட்டுச் சிறுகதைப் போட்டிகளை நிறுத்துவதற்குத் தங்களால் ஆன அனைத்து முயற்சிகளையும் செய்து அதில் வெற்றியும் கண்டுவிட்டார்கள். ஏதோ அவர்களால் ஆன இலக்கிய முயற்சி. இந்தத் தருணத்தில் ஸீரோ டிகிரி நிறுவனத்திற்கு நான் முன்வைக்கும் கோரிக்கை, மீண்டும் சிறுகதை மற்றும் குறுநாவல் போட்டிகளை நடத்துங்கள். ஒரு நல்ல விஷயத்தை நிறுத்துவதற்கு ஆயிரம் மேதாவிகள் வருவார்கள், அவர்களால் இலக்கியத்துக்கு யாதொரு பயனும் நடக்காது. தெருவில் உட்கார்ந்து போகிற வருகிறவர்களைத் தூற்றுவது போன்ற செயல்களை மட்டுமே செய்யக்கூடியவர்களால் தெருவின் அமைதி கெடும் என்பதைத் தவிர வேறொரு மாற்றமும் நிகழாது.

ஸீரோ டிகிரி போட்டிகளுக்குப் பிறகு கவனிக்கக் கூடிய மற்றொரு இலக்கிய அமைப்பாக இராம.செ. சுப்பையா நினைவுச் சிறுகதைப் போட்டியும். இப்பொழுது நாவல் போட்டியாக மாறிவிட்டது. என்றாலும் வரவேற்கத்தக்க மாற்றம். அந்த வகையில் தேவா சுப்பையா, அமிர்தம் சூர்யா, நல்லு ஆர். லிங்கம் ஆகியோரின் பங்களிப்பு பாராட்டுக்கு உரியது.

பேராசிரியர் நன்னன் நினைவுச் சிறுகதைப் போட்டிகள், அந்திமழை இலக்கியப் போட்டிகள், கொலுசு மாதந்தோறும் நடத்தும் சிறந்த சிறுகதைப் பரிசளிப்பு ஆகியன புதிய படைப்பாளிகளை அடையாளம் காட்டுகின்றன. அவர்கள் அனைவருக்கும் என் நன்றியும் வாழ்த்துகளும்...

என் நான்காவது சிறுகதைத் தொகுப்பான 'புத்தரின் பேராசைப் பல்' ஸீரோ டிகிரி நிறுவனத்தால் கொண்டுவரப்பட்டு லக்ஷ்மி அம்மாள் விருது, சௌமா இலக்கிய விருது ஆகியவற்றைப் பெற்றது. இன்னும் சில விருதுக்கான போட்டிகளில் கடும் போட்டியை ஏற்படுத்தியது என்பதைச் சில இலக்கிய அன்பர்கள் வழியே அறிந்தேன், ஸீரோ டிகிரி நிறுவனத்தின் திரு ராம்ஜீ மற்றும் திருமதி காயத்ரி ராம் அவர்களுக்கும் என் மனம் நெகிழ்ந்த நன்றிகளைத் தெரிவித்துக்கொள்கிறேன்.

என் இலக்கியப் பயணத்தில் தொடர்ந்து என்னை ஊக்குவிக்கும் எழுத்தாளர் இரா.முருகன், எழுத்தாளர் அம்பை, நாஞ்சில் நாடன் ஆகியோருக்கும், கொலுசு ஆசிரியர் மு.அறவொளி, கரிகாலன், பல்லவிகுமார், தோழர் மு.முருகேஷ், பரமக்குடி உஷாராணி, நெய்வேலி என் செல்வன், சென்னை ஜெயஸ்ரீ, எழுத்தாளர் ராஜலஷ்மி, நெய்வேலி இலக்கியச் சங்கமம் ராதாகிருஷ்ணன், நெய்வேலி பவர் சமூக இயக்கத்தின் நிறுவனர் ராஜேஸ்வரன், பல்லவிகுமார், கி.ராமசாமி, புதுவை சீனு தமிழ்மணி, தமிழ்நெஞ்சன், வெற்றிப்பேரொளி, கல்லை மலரடியான், பொள்ளாச்சி அம்சப்பிரியா, போ மணிவண்ணன், இரத்தின. புகழேந்தி, நெய்வேலி ஈஷா கண்ணன், ஸ்ரீவித்யா நடராசன், பாலச்சந்திரன், பிரபாவதி பாலச்சந்திரன், சாந்தி ஜெயராமன், வல்லபகணேசன், ஆனந்தி வல்லப கணேசன், வானதி பாலமுருகன், விருதை ராதாகிருஷ்ணன், ஊத்தங்கால்

கோவிந்தராசு, தேன்தமிழன், சுப்பிரமணிய பாண்டியன், மூசா, சுசித்ரா மாரன், பத்மா சுந்தரம், விஜயராஜ், நளினி சாஸ்திரி, சத்தியமோகன், உத்தண்டராமன், கண்ணாமூச்சி அருணகிரி, பொன்.குமார், சத்தியநாராயணமூர்த்தி, முகிலன், கடலூர் ஜோதி, ராஜராஜன், செஞ்சி தமிழினியன், இயற்கை, வேண்மாள் நன்னன், அவ்வை, தேவிகா குலசேகரன், ஸ்ரீஜா புனித ஜோதி, லாஸ்யா ஆகியோருக்கும் இன்ன பிற நண்பர்களுக்கும்.

அன்பிற்கினிய மானா பாஸ்கரன், மண்குதிரை, தமிழ்மணவாளன், கம்பம் பாரதன், திலகபாமா ஆகியோருக்கும்.

எனது எல்லா இலக்கிய முயற்சிகளுக்கும் துணைநிற்கும் பாசத்துக்குரிய மாப்பிள்ளை பிரித்விராஜ் அவர்களுக்கும்.

எனது தாயார் சாந்தா, எனது துணைவியார் ஆதிலட்சுமி, மகள் பிருத்வி மதுமிதா, மகன் சிபிக்குமார் ஆகியோருக்கும்.

திரைத்துறை சார்ந்த முயற்சிகளுக்குத் துணை நிற்கும் இயக்குநர் வேல்முருகன், இயக்குநர் பிரேம்நாத், சி.ஜெ.ராஜ்குமார், நிர்மல்குமார், இயக்குநர் தங்கபாண்டி, தனசேகரன், விக்கி, இசை அமைப்பாளர்கள் விபின், ஸ்மித் ஆகியோருக்கும், கேப்டன் உதயசூரியன் அவர்களுக்கும்.

இந்த நூலை அழகுற வடிவமைத்த ஸீரோ டிகிரி நிறுவனத்தின் வடிவமைப்பாளர், அச்சிட்ட ஊழியர்கள் அனைவருக்கும் மனம் நிறைந்த நன்றி.

நான் பணியாற்றும் என்.எல்.சி நிறுவனத்துக்கும் உயர் அதிகாரிகளுக்கும், எனக்கு தமிழ் கற்றுத்தந்த ஆசிரியர்கள் மற்றும் என் உயிரில் கலந்துவிட்ட தமிழுக்கும் மனம் நிறைந்த நன்றி.

இந்த நூலை வாசித்துக் கொண்டிருக்கும் அன்பான உங்களுக்கும் மனமார்ந்த நன்றி.

மிக்க அன்புடன்

நெய்வேலி பாரதிக்குமார்

ஆகஸ்ட் 1, 2025

குத்துக்கல்லு

அன்று......

அய்யாறு நீராகாரத்தைச் செம்பில் ஊற்றி உறிஞ்சிக் குடிக்கும்போது, பருதேசி "அண்ணே" என்று கூப்பிட்டான். பிள்ளை பெற்ற பச்சை உடம்புக்காரி ஒரு வாய் சோற்றை வாயில் வைக்கும்பொழுதுதான் மிகச் சரியாக, தொட்டிலில் உறங்கிக் கொண்டிருக்கும் குழந்தை அழுவுமாம். அதுபோல எப்பொழுது வயிற்றுக்கு ஒரு கவளம் சாப்பிடலாம் என்று கை வைக்கிறோமோ அப்பொழுதுதான் சொல்லி வைத்தது போல் பருதேசி வந்து நிற்பான். பருதேசிதான் மாடக்குளம் ஏரிக்கு கரையார். அவன்தான் ஏரியோட கரையெல்லாம் வலுவாக இருக்கிறதா என்று பார்க்கணும். அப்படியே நீராணிக்காரர், நீர்க்கட்டியார் ஏவுகின்ற வேலைகளையும் செய்யனும். அதுதான் சட்டம்.

"அய்யாறு அண்ணே... நீர்க்கட்டியாரு தாக்கீது... அவசரப் பஞ்சாயத்து... ஒடனே கௌம்புங்க."

"இரு கரையாரே அப்படி கயித்துக்கட்டில்ல காத்தாட உக்காரு.. செத்த நாழியில வந்துடறேன்" என்று மிச்சத்தை 'மடக் மடக்' என்று குடித்தான் அய்யாறு.

“அட, கொஞ்சம் நிதானமாத்தான் குடியேன்.. அப்படி என்ன கொலைச் சேதின்னு இப்படிப் பதட்டப்படறே” கழுவாயி கடுப்பாகச் சொன்னாள்.

“நீர்க்கட்டியார் பஞ்சாயத்துன்னா எப்படியும் விஷயம் கடுசாத்தான் இருக்கும். ஊர் பெருசுக வர்றதுக்குள்ள வெரசாத்தான் போவணும்” அய்யாறு மறுபடி செம்பில் நாவை விட்டுப்பார்த்தான். உப்பு கரைந்த கடைசிச்சோறு நாவில் அகப்படவில்லை. செம்பின் வாயில் இருந்த சோற்றுப்பருக்கைகள் மீசையில் ஒட்டிக்கொண்டன. நீராகாரத்துக்கு மகுடமே புளிச்சக்குழம்பு கலந்த கடைசிக்கவளம்தானே... ஆபத்துக்குப் பாவமில்லை கைகளை உள்ளே விட்டு மண்வெட்டியின் இரும்பு இலையைச் சேற்றில் வாகாகச் செருகுவது போல, சோற்றை அள்ளிக் கடைவாயில், செருகினான். அடடா... என்னா ருசி... நாக்கைச் சப்புக்கொட்டினான். வவ்வால் மீன் குழம்பு என்றால் தனி ருசிதான்.

“கரையாருக்கு நீச்சத்தண்ணி ஒரு சொம்பு குடு, கழுவாயி”

“அதெல்லாம் வந்தோன்னே நீட்டியாச்சு. தொரை நாக்குல வவ்வா சலும்பிக்கிட்டு கெடக்கு.”

“அதான் பயபுள்ளைக்கு சத்தத்தைக் காணுமா?” கன்னம் குலுங்கச் சிரித்தான் அய்யாறு.

“சும்மா வுட்டா அந்த வாயி எதையாச்சும் கிண்டிக்கிட்டே இருக்கும்... இல்லே... ஒன்னையக் குடிக்க வுடாம தொணப்பிக்கிட்டு இருக்கும்.”

ம்...ம்... என்றவாறே இன்னொரு சொம்பை அவசரமாகக் காலி செய்தான். தண்ணீரை எடுத்துக் குடித்த பின்னர், முழங்கை வரை கழுவினான். துண்டால் முகம், கைகளை அழுந்த துடைத்தான். எழுந்து நின்றபோது கூரைக்கு மிக அருகில் அவனது தலை இருந்தது. ஒரு கணம், அவன்தான் கூரையைத் தாங்கி நிற்பதுபோலக் காட்சி அளித்தது. ஆறடி உயரம். உலக்கை மாதிரி இறுகிய கைகள். கோயில் யானையின் காதுகள் போல அகன்ற மார்பு. முழங்கைக்கு மேலே கட்டியிருந்த தாயத்துக் கயிறு இறுகி இருந்ததில், சதை பிதுங்கி இலுப்பைக்காய் மாதிரி

இருந்தது. மீசை இருபுறமும் வளைந்து ஊஞ்சல் சங்கிலியின் இரும்புக்கொக்கி மாதிரி திமிராக நிமிர்ந்து நின்றது.

துண்டைத் தலையில் கட்டிக்கொண்டான். சன்னலுக்குப் பக்கத்தில் அமர்ந்தபடி, ஏரியையே வெறித்துப் பார்த்துக்கொண்டிருந்த அம்மாவிடம் சென்று அவளருகில் அமர்ந்தான்.

“நீர்க்கட்டியார் கூப்புடறாரு.. ஒரு எட்டுப் போயிட்டு வந்துடறேன்” என்றான். அவளிடமிருந்து எந்தச் சலனமும் இல்லை. அப்படியே வெறித்த பார்வை எந்த மாற்றமும் இல்லாமல் இருந்தது.

“செத்த அந்தத் தூணுக்குக் கிட்டப்போய் அதுக்கிட்டதான் சொல்லேன்” என்றாள் கழுவாயி.

“என்னாடி எகத்தாளமா?”

“நீயும் பன்னண்டு வருசமா சொல்லிக்கிட்டுத்தான் இருக்கே.. அப்படியே மலையேறிச் செடியைப் பிச்சு வந்திருந்தா இந்நேரம் குறிஞ்சி பூத்திருக்கும்... மவராசி வாயைத் தொறக்கறதில்லையே...”

“அம்மா சாப்புட்டாங்களா?”

“அதெல்லாம் வங்கணமா...”

“கரிச்சுக் கொட்டாதே... அரச மரத்தடி வரை போயிட்டு வாரேன்.”

“நான் ஒண்ணும் ஒன் ஆத்தாளை வெல்லத்துல வெச்சு முழுங்கிட மாட்டேன். பத்திரமா போயிட்டு வா... என்னமோ நாந்தான் குருட்டுக்கொக்கு கொழம்பு வெச்சிக் குடுத்தவ மாதிரி...” காதில் விழற மாதிரியும், விழாத மாதிரியும் முணுமுணுத்தாள்.

“என்ன சொன்னே.... அப்படியே விட்டேன்னா மொகரை பிஞ்சிரும்” யார் எது சொன்னாலும் அய்யாறு பொறுத்துக்கொள்வான். ஆனால் செல்லியம்மாவை யாராவது ஏதாவது சொல்லிவிட்டால் தாங்காது. அதுவும் மடையான் குழம்பு வைத்த கதையை யாராவது இழுத்தால், கோபம் பொத்துக்கொண்டு வரும். ஆனால் புண்ணைக் கிளறுவது போல அவ்வப்போது கிண்டவில்லை என்றால் கழுவாயிக்கு தூக்கம் வராது.

கரையாரும், அய்யாறுவும் அரசமரத்தடி நோக்கி நடந்து கொண்டிருக்கும்போது, புங்க மரத்தடியில் அமர்ந்திருந்த

மடையானைக் கவனிக்காமல் அதற்கு அருகில் நடந்து சென்றார்கள். காலடிச் சத்தம் மிக அருகில் கேட்டதும் சட்டென உயரே பறந்தது மடையான்.

"ஏமாத்துக்கார கொக்குண்ணே இது. தரையில ஒக்காந்திருக்க வரைக்கும் தவிட்டு நெறத்துல இருந்துச்சு. மேலே போன ஒடனே வெள்ளையா மாறிடுச்சு..." என்று சொல்லி விளையாட்டாகச் சிரித்தான் பருதேசி.

"அதும் றெக்கை மேலதான் தவுட்டு நெறம். உள்ள பால் வண்ணம். றெக்கையைப் பிரிச்சா அப்புறம் வெள்ளையாத்தான் தெரியும்."

"மடையானைப் பத்திப் பேசினாலே ஒனக்குக் கோவமா வரும்னு ஊருக்குள்ள பேசிக்கறாங்க ஏன் அண்ணே?"

"தெரியுதுல்லே, அப்ப மூடிக்கிட்டு பேசாம வா" கண்ணெதிரே பறந்த மடையான் குருவித்திட்டுக்குச் சென்று பறவைக்கூட்டத்தோடு அமர்ந்தது.

குருவித்திட்டில் நத்தைக்கொத்தி நாரை, அரிவாள் மூக்கன், நாமக்கோழி, கானாங்கோழி, சுடலைக்குயில், பழுப்புக் கொக்கு, தகைவிலான், முக்குளிப்பான், புள்ளிப்புறா என்று விதம்விதமான பறவைகள் கூட்டம் கூட்டமாக அமர்ந்திருப்பதைப் பார்க்கக் கண்கொள்ளாக் காட்சியாக இருந்தது. ஏரிக்கு நடுவில் மண்மேடு உயர்த்திப் பறவைகள் வந்தமர இப்படியான குருவித்திட்டுக்களை அமைப்பதே அதற்காகத்தானே. மாடக்குளம் ஏரி நிரம்பி கண்ணுக்கு எட்டிய தூரம் வரை வெள்ளிப்படுக்கை போல தகதகவெனத் தளும்பியது. மாடக்குளம் ஏரியின் நீர்ப்பிடிப்புப் பகுதி எப்படியும் முன்னூறு ஏக்கர் இருக்கும். ஆழம் எப்படிப் பார்த்தாலும் முப்பதடி இருக்கும்.

அரச மரத்தடியில் வழக்கத்தைவிட கூட்டம் அதிகமாக இருந்தது. நீர்க்கட்டியார், குமிழிக்காவலர்கள், நீராணிக்காரர்கள், மீதமுள்ள கரையார்கள், நீரளவையாட்கள் மடக்குரும்பர், அய்யனார் கோயில் பூசாரி, ஊர்மக்கள் என்று நிரம்பியிருந்தனர். அய்யாறு ஊர்க்கூட்டத்தைப் பார்த்து வணங்கினான்.

ஊர்த்தலைவர் வரகுணன் எடுத்த எடுப்பில், "மொதல்ல

ஊர்க்கட்டுப்பாட்டை மீறிக் குத்தம் பண்ணினவங்களுக்கு வெசாரணை... மிச்சத்தைப் பிறகு பேசிக்கலாம்."

நீர்க்கட்டியார் தொண்டையைச் செருமிக்கொண்டு, "இது நாளு வரைக்கும் நெலத்துப் பாசனத்துக்கு முறைப்பானை வச்சி பங்கிடா அவங்கவங்களுக்கு கணக்கா நீர் போய்க்கிட்டு இருக்கு. பானைத்தண்ணி தொளை வழியா சொட்டி முடிஞ்சதும் அடுத்தவங்க வயலுக்குப் போயிடும். இதுல யாருக்கும் வஞ்சனை இல்லை. ரெண்டு நாளைக்கு முன்னால தோளான், அவனோட முறைப்பானையில தண்ணி குறைஞ்சதும் யாருக்கும் தெரியாம ரெண்டு செம்புத் தண்ணிய கூடுதலா ஊத்திட்டதா தெற்குக்கரை காவலுக்கு நின்ன கரையார் பிராது குடுத்திருக்கார். குத்தவாளி தோளான் கூட்டத்துல இருக்கானா?"

"இதோ இருக்கேன் சாமி."

"குத்தத்தை ஒப்புக்கறியா?"

"தென்னங்கள்ளு குடிச்ச போதையில தெரியாம தப்பு நடந்துடுச்சு சாமி... பெரியவங்களும், ஊர்க்காரவங்களும் மன்னிக்கணும்."

"இது மொததரம் அதனால ஏரிநீர் இறங்கியதும் வடக்குக் கரை குமிழியில உள்ளே எறங்கி சுத்தம் பண்ணணும். நீராணிக்காரர்கிட்ட அடைஞ்ச கோரை, குப்பைக் கூளத்தை முப்பது கூடை காமிக்கணும். தவறினா ரெண்டு பொன் அவதாரம்."

"சரிங்க எசமானே."

"அடுத்தது... தெற்குத்தெரு கட்டச்சி, குருணை தின்ன குருட்டுக்கொக்கு கொழம்பு வெச்சிக்குடுத்து புருசன்காரனை மொடக்கிப் போட்டு வெச்சிருக்கறதா அவளோட மாமியாக்காரி புகார்."

கட்டச்சி முன்னால் வந்து, "தெனமும் நாயை அடிக்கிற மாதிரி கட்டையாலேயும், வெளக்குமாத்தாலேயும் அடிச்சுத் தொவைக்கிறாரு சாமி. அவரை என்னன்னு என் மாமியாக்காரி ஒரு சொல்லு கேக்குறதில்லே எசமானே"என்றாள்.

"அதுக்காவ தந்திரமா வெசக் குருணையைப் போட்டு, மடையானைப் பிடிச்சு தெனம் கொழம்பு வெச்சி குடுக்கலாமா?

வெசக்குருணை தின்ன மடையான் கொழம்பு என்ன பண்ணும் தெரியுமில்லே.”

“தெரியும் எசமானே... காலம் பூரா துள்ள வுடாம, பாயில மொடக்கிப் போட்டுரும். கொல்லை வேலைக்கு நான் போய்க்கிட்டு இருக்கேன். மிச்ச காலம் நான் சோறு போட்டு அவரையும், புள்ளைங்களையும், மாமியாளையும் காப்பாத்திக்கறேன். அவராதத்தைச் சொல்லுங்க சாமி.”

“இப்படி ஆளாளுக்கு புருசங்காரனை பண்ண ஆரம்பிச்சிட்டா, பஞ்சாயத்து எதுக்கு? பெரியமனுசன் எதுக்கு? கண்ணு அறிஞ்சு பாவத்தைப் பண்ணிட்டா அப்புறம் செல்லியம்மா மாதிரி வெறிச்சுக்கிட்டு ஒக்கார வேண்டியதுதான்,” என்று நீராணிக்காரர் எகத்தாளமாகச் சொல்ல, அய்யாறு கோபமாக எழுந்தான்.

“நிரூவிக்கப்படாத குத்தத்தை, ஊர்ல, தெருவுல பேரு தெரியாதவன் பேசிக்கிறது மாதிரி பஞ்சாயத்துக்காரவங்களும் பேசக்கூடாது. ஒண்ணு குத்தம் ருசுவாகணும், இல்லே குத்தவாளி ஒத்துக்கணும்... ரெண்டும் இல்லாம எங்கம்மாவைப் பத்தி யாரும் பேசக் கூடாது” அய்யாறு எழுந்து கொதிப்புடன் சொன்னான்.

“வாச்சான் போச்சான்னு பஞ்சாயத்துல பேசக்கூடாது நீராணி... அய்யாறு சொல்ற மாதிரி ஆளாளுக்கு அவ மேல குத்தம் சொல்லி அவ புத்தி பேதலிச்சு குத்துக்கல்லாட்டம் உக்காந்திருக்கா... இந்தத் தாவாவைப் பத்தி மட்டும் பேசுங்க” என்று ஊர்த்தலைவர் எச்சரித்தார்.

“ஒரு வருசத்துக்கு, அய்யனார் கோயிலு, மாடக்குளம் கண்மாய்க் கரையைக் கூட்டிப் பெருக்கணும். தவறுனா அஞ்சு பொன் அவதாரம்.”

“சரிங்க எசமானே” என்று தலைகுனிந்து ஏற்றுக்கொண்டாள் கட்டச்சி.

“அப்புறம் மாடக்குளம் ஏரி குத்துக்கல்லுக்கு முக்கா பங்குக்கு ஏரித்தண்ணி ஏறிடுச்சு. அதால முகூர்த்தக்கால் நட்டு ஊர்ப் பொதுவுல பொங்க வச்சி, கஞ்சி ஊத்தணும். வர்ற பொதன்கிழமை காலையில ஆறு மணிக்குள்ள முகூர்த்தக் கால் நட்டுரலாம். ஒருத்தர் வீட்டுலேயும் அடுப்பெரிக்க வேண்டாம். ஊர்ப்பொதுவுல

பொங்கிக்கலாம். தாரை தப்பட்டை, மேளம், குலவைக்காரவங்க, நாதஸ்வரக்காரவங்க வெளியூர் எங்கேயும் போகாம கால் நடற வரைக்கும் இங்கதான் இருக்கணும். இது ஊர்க்கட்டுப்பாடு" என்று தலைவர் அறிவித்தார். கூட்டம் அமைதியாகக் கேட்டுக்கொண்டது.

"இதுல யாருக்காவது ஆட்சேபம், எதிர்க்கருத்து இருந்தா இப்பவே சொல்லிடறது" கூட்டம் இப்பவும் அமைதியாக இருந்தது.

"சரி எல்லோரும் ஒப்புத்துக்கிடதா அர்த்தம். எல்லோரும் கலையலாம். அய்யாறு மட்டும் இங்க இருக்கட்டும்."

அவ்வளவுதான் சிறு சலசலப்புடன் கூட்டம் எழுந்து திசைக்குக் கொஞ்சமாகப் பிரிந்து சென்றனர். எல்லோரும் போனதை உறுதிசெய்த ஊர்த்தலைவர், அய்யாறுவை, அருகில் வருமாறு கையசைத்தார். அய்யாறு பவ்யமாக அவர் அருகில் சென்றான்.

"அய்யாறு... குத்துக்கல்லைப் பார்த்தியா? முக்காத் திட்டம் வந்துடுச்சு... இன்னும் மூணு அல்லது நாலு அடிதான் பாக்கி. எண்ணி ரெண்டு மழை பெஞ்சா போதும் கல்லு முளுகிடும். அதுக்கப்புறம் கண்மாய் ஒடைச்சிக்கும். மருதை ஜமீன்லேயே இதை வுட்டா பெரிய ஏரி கெடையாது. மருதையையே மாடக்குளம் கீழ் மருதைன்னுதான் சொல்லுவாங்க. கிட்டத்தட்ட முப்பது ஊருக்கு பாசனத்துக்கும், இன்னொரு பக்கம் குடிதண்ணிக்கும் போவுது."

"இதெல்லாம் நாடறிஞ்ச விஷயமாச்சே"

"ஒனக்குத் தெரியாதது இல்லே. கண்மாய் ஒடைஞ்சா ஊருங்க தாங்காது... கரையைக் காவந்து பண்ணிக்கிட்டு இருக்கற மடையைத் தொறந்தாத்தான் ஏரித்தண்ணி எந்தப் பாதிப்பும் பண்ணாம அது வாட்டுக்குப் போவும். உங்க பெரியப்பன் குடும்பத்துக்குத்தான் இந்த வருச மடை தொறக்கற பாத்தியதை. ஆனா போன வருசம் உன்னோட பெரியப்பா மகன் கருப்புசாமி மடையைத் தொறந்துட்டு தெய்வமாயிட்டான். அவனுக்கு அப்புறம் இருக்கறது எல்லாம் பொம்பளைப் புள்ளைங்க... அதுக்கடுத்து மடையனுங்க சமூகத்துல இருக்கறது நீதான்..."

"இதுக்கு எதுக்கு இத்தனை ரோசனை நீர்க்கட்டியாரே.. இந்த வருசம் மடை தொறக்க நான் போவணும்... அதானே?"

இத்தனை சுலபமாகச் சொல்ல வந்ததைப் புரிந்துகொண்டு ஏற்றுக்கொள்வான் என்று எதிர்பார்க்கவே இல்லை. அனைவரும் திருப்தியோடு தலையாட்டினார்கள்.

“ஊரைக் காக்கற விசயம்னா அது போரைக் காக்குற வீரன் களத்துக்குப் போறாப்புல... அதுக்கு எல்லாம் குடுப்பனை வேணும். எப்பப் போவணும்?”

“வழக்கமா முகூர்த்தக்காலு நட்ட அன்னிக்கு, பூசை போட்டு, கெரவம் எடுத்துப் பொங்க வச்சி, குலவை பாடிட்டா மடை தொறக்க எறங்கிடலாம்.”

“அதாவது வர்ற பொதன்கிழமை.”

“ஆமா.”

“அதுக்கென்ன இறங்கிட்டா போச்சு... ஆனா எனக்கு மூணு நிபந்தனை இருக்கு சாமி.”

அப்படியே ஒரு நிமிடம் உறைந்து போனார்கள் நீர் மேலாண்மை செய்பவர்களும், ஊர்த்தலைவரும்.

“அப்படில்லாம் ஊர்ல வழக்கமில்லையே... அய்யாறு.”

“இந்த முறை அப்படி என்னன்னு கேட்டு, அதை நிறைவேத்தறதா சொன்னாத்தான் தண்ணியில காலை வைப்பேன்.”

“ஒன் தாத்தன், பாட்டன் எல்லாம் இப்படிக் கேட்டதில்லை அய்யாறு... சொன்னா மறுபேச்சு இல்லாம ஏரியில எறங்கிடுவாங்க.”

“அப்படின்னா இந்தப் பாத்தியதையை வேற யாருக்கு வேணும்னாலும் குடுங்க எனக்கு ஒண்ணும் ஆட்சேபணை இல்லை.” ஒருவரை ஒருவர் பார்த்துக்கொண்டனர்.

ஊர்த்தலைவர், “அவன் என்னன்னு சொல்லட்டுமே. முடிஞ்சா செஞ்சுக்குடுப்போம்... முடியாதுன்னா அப்புறம் யோசிப்போம்” என்று வழிக்கு வந்தார்.

“மடையைத் தொறக்கப் போனா உசுருக்கு உத்தரவாதம் இல்லை. அதுக்குத் துணிஞ்சுதான் காலை வைக்கணும். தெரிஞ்சே தற்கொலை பண்ணிக்கிற மாதிரி.”

“சரி நீ சொல்லுப்பா.”

“எங்கம்மா செல்லியம்மா மேல ருசுவாகாத குத்தத்தை இந்த ஊருக்காரனுவ பேசிக்கிட்டு இருக்கானுங்க. ஒண்ணு நிரூவிக்கணும். இல்லை, எங்கம்மாளைப் பத்தி ஒருத்தனும் வாய் தொறக்கக் கூடாது. அப்படிப் பேசுனா அது குத்தம்... அதுக்கு ஊர்க் கூட்டத்துல தண்டனைன்னு தண்டோரா போடணும்.”

மறுபடியும் ஒருவரை ஒருவர் பார்த்துக்கொண்டனர்.

“அப்ப உங்கப்பாவை, உங்கம்மா கொஞ்சம் கொஞ்சமா குருணை தின்ன குருட்டுக் கொக்கு கொழம்பை குடுத்துக் கொல்லலைங்கறே...” என்று எகத்தாளமாகக் கேட்டார் நீராணிக்காரர்.

“போன வருஷம் செத்துப்போன உங்கப்பா, பத்து வருசம் படுக்கையில மொடங்கிக் கெடந்து, அப்புறமாத்தான் செத்தாரு... அவருக்கு நீங்க குருட்டுக் கொக்கு குருணைக் கொழம்பு குடுக்கலைன்னா, என் ஆத்தாக்காரியும் குடுக்கலை.”

“என்னா அய்யாறு வாய் நீளுது.”

“ஒரே ஒரு தரம் சொன்னேன் உங்களுக்கு எவ்வளவு கஷ்டமா இருக்குது? நான் தெனம் தெனம் கேக்கறேன் சாமி... நீருக்குள்ள என் உசுரு போறதுக்குள்ள இந்தப் பழியை நான் தொடைக்கணும்.”

“ஒன் ஆத்தாக்காரி உத்தமின்னா நீ மடையைத் தொறந்துட்டு உசுரோட மேல வந்துடுவே... இல்லைன்னா அவ குத்தவாளிதான்... ஒத்துக்கறியா.”

“ஒங்க மூளை பூரா கஷ்டவாளிங்களோட இக்கட்டான நேரத்தை எப்படி சாமர்த்தியமா பயன்படுத்திக்கலாம்னுதான் யோசிக்குது... சரிங்க ஆணிக்காரரே... நான் ஒப்புக்கறேன். உசுரோட மேல வந்துட்டா ஊர்ப் பஞ்சாயத்து தண்டோரா போட்டுச் சொல்லுமா?”

“சரி ஒப்புத்துக்கறோம் அடுத்ததைச் சொல்லு.”

“எங்க மடையார் சமூகமே போராளிச் சமூகம். ஒவ்வொரு வருச மழைக்கும் எங்க உசுரு ஒண்ணைக் காவு குடுத்து கிட்டத்தட்ட பத்து ஊருக்கு மேல காவந்து பண்றோம்.

இப்பவும் எங்க ஆளுங்களை மடையனுங்களான்னு கூப்படறீங்க.. புத்தி இல்லைன்னா தண்ணி எந்த வாட்டத்துல முட்டுது,

பனைவாரையில் அடைச்சி வச்சிருக்கற கோரைப்புல்லை, களிமண்ணை எப்படி எடுக்கணும்... பாய்ஞ்சு வர்ற தண்ணியை எதுத்து எப்படிப் போராடணும்? மூச்சடக்கணும் அப்படின்னு எல்லாம் செய்ய முடியாது... உசுரை விட்டவங்க கூட கரை ஒடஞ்சி ஊருங்க அழியக்கூடாதுன்னு உசிரைப் பணயம் வச்சி, கடைசி அடைப்பு வரைக்கும் தோண்டி எடுத்ததுனால மூச்சடங்குனதுதான் காரணம். அதனால எங்களை மடையார் சமூகம்னுதான் கூப்புடணும் அதேபோல உள்ள எறங்கி உசுரை விட்டாலும் சரி, தப்பிச்சு மேல வந்தாலும் குத்துக்கல்லு ஒண்ணை நட்டு அதுல எங்க பேரை எழுதணும்."

"குத்துக்கல்லைக் கருங்கல்லாலத்தான் செஞ்சு வைக்கறோம்... அதுல எல்லாம் எழுத முடியாது அய்யாறு... வெவரம் புரியாமப் பேசாதே..."

"இல்லை ஆணிக்காரரே தெரிஞ்சுதான் பேசறேன்... எழுத வாகான கல்லுல எழுதி நடுங்க... நீரளவு பாக்குற குத்துக்கல்லுல வேணாம்... செலை செய்யறவங்களுக்குத் தெரியும் எந்தக் கல்லுல எழுதலாம்னு..."

"அதான் உசுரு போனா தனியா கல்லு நட்டு மடமுனியன், மட கருப்பன் சாமி அப்படின்னு பேரு வச்சு; நாளு, கெழமையில கும்புடறோமே அது போதாதா?"

"கல்லு வச்சுக் கும்புட்டா... அது பின்னாடி காலத்துல, எவனோ ஒரு ராசாவோட கனவுலயோ வந்து கெணத்துல கெடந்து எடுத்தது... இல்லே வேப்பமரத்துல தோண்டி எடுத்ததுன்னு பின்னாடி இன்னொரு கதை வந்துடும். அது வேணாம். பேரைப் போடுங்க. வருசம், தேதி சம்பவத்தை எளுதுங்க.. எங்க வம்சம் தெரிஞ்சுக்கும்."

"சரி, மூணாவது."

"மடையான் பறவை இருக்கே அதுவும் எங்க சமூகம் மாதிரிதான்... அப்பாவிங்க அதுங்க கிட்டப் போறவரைக்கும் அவங்க எதுவும் பண்ணமாட்டாங்கன்னு மனுசங்க மேல நம்பிக்கையோட உக்காந்திருக்கு... அதைப் புடிக்கறதுக்குன்னு முனைஞ்சு போனப்புறம்தான் மேல பறக்குது.. அதுக்குக் கண்ணு ரெண்டும் நல்லா தெரியும் சாமி... ஆனா அதைக் குருட்டுக் கொக்குன்னு

எல்லாரும் சொல்றீங்க... அதை மடையான்னுதான் சொல்லணும்."

"இதுக்கெல்லாமா தண்டோரா போடுவாங்க.. அநியாயமா இருக்கே."

"தண்டோராவெல்லாம் போட வேணாம்... நாலுபேரு நாலு தரம் சொல்லுங்க. சொல் பளகிடும்."

"சரி அவ்வளவுதானே முடிஞ்சுதா... நீ கேட்டதை ஒப்புத்துக்கறோம்... பொதன் கெழமை தயாரா இரு."

மடை திறக்கச் செல்லும்போது வீட்டு தெய்வத்துக்குப் படையல் வைப்பது குடும்ப வழக்கம். குலசாமி ஈடாடி அய்யனாரை வணங்கி மடை திறக்கச் செல்பவருக்கு விருப்பமான சாப்பாடு, பலகாரம் எல்லாம் வைத்துப் படைப்பார்கள். பிறகு பெரியவர்கள் பொட்டு வைத்து ஆசீர்வாதம் செய்பவர்கள். சிறியவர்கள் அவரது காலில் விழுந்து வணங்கவேண்டும். ஆனால் யாரும் ஒரு சொட்டுக் கண்ணீர் கூட விடக்கூடாது. அழுதால் தண்ணீர் தேவதைக்குப் பிடிக்காது. கோபம் கொண்ட நீர் மடை திறப்பவரை விழுங்கிவிடும். ஆகையால் எல்லோரும் துக்கத்தை மென்று தின்றுகொண்டிருந்தனர். திரும்பி வந்தாலும், வராவிட்டாலும் அவர் தெய்வம். ஆகையால் தெய்வத்தின் கையில் விதை நெல் தொட்டுப் பெற்றுக்கொள்வார்கள்.

ஊர் விவசாயிகள் அத்தனை பேரும் மரக்காலுடன் வாசலில் நின்றிருந்தனர். அய்யாறு ஒவ்வொரு வீட்டு வாசலுக்கும் நின்று மரக்கால் நெல்லைத் தொட்டுக்கொடுத்தான். சிலர் அவன் கையில் காசுகளைத் தந்து பெற்றுக்கொண்டு பத்திரமாக முடிந்து வைத்தனர். சிலர் அவன் கால்களைத் தண்ணீரால் கழுவிவிட்டனர். கூடவே மேளதாளம், கரகம் எடுப்பவர்கள், குலவையிடுபவர்களும் வந்தனர். ஈடாடி அய்யனாரை வணங்கி ஏரி நீரில் கால்வைத்தான் அய்யாறு.

இன்று......

புதன்கிழமை இரவே அவன் ஏரியில் மடையைத் திறந்துவிட்டு

மேலேறி வந்து மறுபடி அய்யனாரை வணங்கிவிட்டுக் கழுவாயி தயாராக வைத்திருந்த வெல்லப் பொங்கலைச் சாப்பிட்டான். ஊர்ப்பஞ்சாயத்து சொன்னபடி தண்டோரா போட்டு அவன் கோரிக்கைகளை நிறைவேற்றியது. அன்றிலிருந்து அந்தச் சமூகம் மடையார் சமூகம் என அழைக்கப்பட்டது. இச்சம்பவம் முழுக்க பருதேசியின் சாட்சியுடன் அய்யாறு தன் வம்சத்தாரிடம் சொல்லச்சொல்ல இவ்வோலைச்சுவடியில் கோட்டைச்சாமி ஆகிய நான் எழுதியது. இன்னும் சில சம்பவங்கள் அடுத்து வரும் ஓலைச்சுவடிகளில் எழுதப்பட்டுள்ளது.

கதை போல எழுதப்பட்டிருந்த ஓலைச்சுவடிகளை வாசித்து முடித்ததும் நாகேந்திரசாமி எதுவும் சொல்லாமல் குத்துக்கல் போல அமர்ந்திருந்தார்.

“படிச்சு முடிச்சிட்டீங்களா சார்.”

“உன் பேரு என்ன சொன்னே?”

“மாணிக்கம் மடையார் சார்.”

“இது எந்த வருஷத்து சுவடிங்க?, தேதி, மாசம் எந்த டீட்டயிலும் இல்லையே.”

“லேப்ல டெஸ்ட்டுக்கு குடுத்தா கண்டுபிடிச்சிடலாம்னு சொல்றாங்களே.”

“இதுகூட சாமிச் செலைங்க எதுவும் கிடைச்சுதா?”

“இதுங்க எல்லாம் பத்து பதினைந்து தலைமுறையா காவந்து பண்ணிட்டு வர்ற சுவடிங்க சார். கிட்டத்தட்ட முன்னூறு சுவடிங்க கரையான் தின்னு அழிச்சிடுச்சு. நானூத்தி சொச்சம் சுவடிங்கதான் மிஞ்சினது/ நீங்க நெனைக்கிற மாதிரி புதையல்ல தோண்டி கிடைச்சது இல்லை சார். எனக்கு எழுதப் படிக்கத் தெரியும். ஆனா இதுல உள்ள எழுத்துகளைப் படிக்க முடியலை.. அதுக்குத்தான் உங்க டிபார்ட்மென்ட்ல காமிக்கலாம்னு எடுத்து வந்தேன். உங்களுக்குத்தான் படிக்கத் தெரியும்னு சொன்னாங்க.”

“இதுல உள்ள எழுத்துகளைப் படிக்கத் தெரிஞ்சவரு தில்லிக்கு மாத்தலாகிப் போயிட்டாரு. நான் கல்வெட்டுல இருக்கறதைத்தான் படிப்பேன்.”

“அப்படிங்களா அவரு எப்ப வருவாரு?”

“கவர்ன்மென்ட் அனுப்பும்போதுதான்... ஒண்ணு பண்ணுப்பா இதை எல்லாத்தையும் டாக்குமென்ட் செக்‌ஷன்ல குடுத்து சீட்டு வாங்கிக்க... அவரு எப்ப வந்தாலும் படிக்கச் சொல்லி எழுதி வைக்கிறேன். உனக்குத் தகவல் சொல்றோம் அப்புறமா நீ வந்தா போதும்.”

“ஏதோ எங்க வம்சத்தைப் பத்தி, ஊரைப்பத்தி எழுதி வெச்சிருக்குன்னு ஊர்க்காரவங்க எல்லாம் கேக்க ஆவலா இருக்காங்க சார்.”

“அதுக்கென்ன அவரு வந்த பிறகு படிச்சு சொல்லிடலாம். அன்பழகன் இவருக்கு ஒரு டீ சொல்லுங்க. அன்பு, நீங்களே இதை வாங்கி வெச்சுக்கங்க. சரி மாணிக்கம், கொஞ்சம் வெளியில உக்காருப்பா. ஒரு பத்து நிமிஷத்துல இவரு சீட்டுத் தருவார்.” ஏமாற்றத்துடன் தலையாட்டியபடியே வெளியே சென்றார் மாணிக்கம்.

“சார் உங்களுக்குத்தான் சுவடி எல்லாம் படிக்கத் தெரியுமே? அப்புறம் எதுக்கு சார் அவர்கிட்ட படிக்கத் தெரியாதுன்னு சொன்னீங்க?” என்று கேட்டான் அன்பழகன்.

“நான் எதிர்பார்க்கிற விஷயம் எதுவும் இதில இல்லை அன்பழகா. இதெல்லாம் உனக்குப் புரியாது. வாங்கி அதை எல்லாம் கட்டி, மேல லாஃப்ட்ல போட்டு வை. நான் சொல்லாம எடுக்க வேணாம். முக்கியமா பாலகிருஷ்ணன் தில்லியிலேர்ந்து வந்த உடனே மூட்டையைத் தூக்கிட்டுப் போயிடாதே. அந்தாளு ஊரெல்லாம் ஊதித் தொலைச்சிடுவாரு” என்று சொல்லிவிட்டு தன் பற்களுக்கு இடையில் சிக்கியிருந்த உணவுத் துணுக்கை தன் நாவால் துழாவி எடுக்க முயற்சிக்க ஆரம்பித்தார். பார்ப்பதற்கு நாகப்பாம்பு தன் நாவைச் சுழற்றுவது போலவே இருந்தது. சிலருக்குத்தான் அவர்களுக்கு சூட்டப்பட்டிருக்கும் பெயர் அத்தனை பொருத்தமாக இருக்கும். நாகேந்திரசாமிக்கு அவர் பெயர் அத்தனை பொருத்தம்...

(உதிரிகள் சிற்றிதழ் நடத்திய உலகளாவிய சிறுகதைப் போட்டியில் முதல் பரிசு பெற்ற சிறுகதை)

காந்தியின் கூர்

“இந்த இஸ்தானா வுட்நியூக் அரண்மனை ஒரு காலத்தில் சிங்கப்பூரின் அசைக்க முடியாத அடையாளமாக இருந்தது மிஸ்டர் ஆதித்தன். அப்போ இது பேரதிசயம். ஆடம்பரமான ஆபரணங்கள், மரவேலைப்பாடுகள், பிரம்மாண்டமான அறைகள் அப்படின்னு பிரம்மிக்க வைத்த கட்டடக்கலை. இப்னியின் காலத்துக்குப் பின்னால இரக்கமில்லாத பாவிகள் அந்த மாளிகையை ஆக்கிரமிச்சு இஷ்டத்துக்கு இடிச்சிட்டாங்க. என்ன ஒரு அற்புதமான கலைப்பொக்கிஷம்? இத்தனை இயந்திரங்கள் கண்டுபிடிக்கப்பட்டு ஒரு கட்டடத்தைக் கட்டுவதற்கும்... அன்னிக்கு உலகளாவிய தொழில்நுட்பங்கள் எதுவும் இல்லாமல் மனித அறிவின் உச்சத்தில் உருவாவதற்கும் பெரிய வித்தியாசம் இருக்கு இல்லையா ஆதித்தன்? தொன்மையைத் தேடுவதும் அதைப் பாதுகாப்பதும் அறிவீனம் இல்லை ஆதித்தன். நம் தொலைந்து போன அறிவைத் தேடும் மகத்தான பணி அது.

ஜோகூர் சுல்தான் அபுபக்கர் இப்னி டேயிங் இப்ராகீம்தான் இந்தப் பூலோக சொர்க்கத்தைக் கட்டினவர். ஜோகூரோட தந்தை இல்லையா அவர்? ஒரு சாம்ராஜ்யத்தையே கட்டி எழுப்பியவரின் கனவு அரண்மனையை எப்படிப் பார்த்துப் பார்த்துக் கட்டி இருப்பார்? அதை இடிக்கும்போது அதன் ஆன்மா

எப்படித் துடித்திருக்கும்? யோசிச்சுப் பாருங்க. அதுக்கப்புறம் சில வருஷங்கள் யாருமே இதைக் கவனிக்கலை கடைசிக் காலத்துல மூச்சுத் திணறிக்கிட்டு இருக்கிற முதியவர் மாதிரி பலகீனமா தவிச்சிக்கிட்டு இருந்துச்சு. இதோட ஒரு பகுதியை மட்டும் வாங்கி, கொஞ்சமா சரிபண்ணிட்டு, இங்கேயே வந்து தங்கிட்டேன். பணம் இல்லாம விடலை. அந்தப் பழமையைச் சிதைக்கக் கூடாதுன்னு அதுக்கு மேல மாடிஃபிகேஷன் எதுவும் செய்யாம விட்டுட்டேன். எப்படி இருக்கு?" என்று பெருமிதத்துடன் கேட்டார் நீதியரசர் ஸாங் யே. சீனர்களுக்கே உரிய மஞ்சள் வண்ண அவரது முகம் கர்வத்தால் ஜொலித்தது. அரண்மனையின் மாடியிலிருந்து பார்க்கும்போது சிங்கப்பூரின் பிரசித்திபெற்ற தாவரவியல் பூங்கா பூத்துக் குலுங்கியிருப்பது நன்றாகத் தெரிந்தது.

ஒருபக்கம் நீண்டு பரந்திருந்த ஹாலண்ட் சாலை, இன்னொரு பக்கம் டைர்சால் அவென்யூ. இரண்டுக்கும் இடையில் திகில் திரைப்படங்களில் வரும் பாழடைந்த பங்களா போல காட்சியளித்தது இஸ்தானா வுட்நியூக்.

"அற்புதம். வர்ணிக்க வார்த்தைகளே இல்லை" வியப்பின் விளிம்பில் நின்றிருந்தார் நீதியரசர் ஆதித்தன். அவரது கண்ணாடிக்குள் இருந்து உருண்டையான பெரிய கண்கள் இன்னும் அகல விரிந்தன.

"பக்கத்துல நேப்பியர் சாலை இருக்குல்லே. அந்த நேப்பியர் யாருன்னு தெரியுமா உங்களுக்கு?"

இல்லை என்பதுபோலத் தலையாட்டினார் ஆதித்தன்.

"நேப்பியர்தான் சிங்கப்பூரோட முதல் வழக்கறிஞர். அவர்தான் இங்க முன்னாடி இருந்த அரண்மனையைக் கட்டினவர். 2006-ல இந்த மாளிகை எரிஞ்சுபோயிடுச்சு. யாரோ விஷமிகள் தீ வச்சிட்டாங்க. அதுக்கப்புறம் அநாதை போல கைவிடப்பட்டது. பொதுமக்கள் இங்க வரவே பயந்தாங்க. அப்புறம் சிங்கப்பூர் கவர்ன்மென்ட்கிட்ட பேசி பிடிவாதமா அரண்மனையோட இந்த ஒரு போர்ஷனை மட்டும் வாங்கிட்டேன். அபுபக்கரும், நேப்பியரும் வாழ்ந்த மண்ணுல நான் இன்னிக்கு இருக்கேன். நடக்கிறேன், பேசறேன், தூங்கறேன். அதி நவீன சிங்கப்பூர்ல இன்னிக்கு எங்கேயும் மண்ணையே பார்க்க முடியாது ஒண்ணு பூங்காவா, புல்தரையா இருக்கும். இல்லைன்னா தார்ச்சாலைகள்...

சிங்கப்பூரோட உச்ச நீதிமன்றத்தோட நீதிபதியா நான் இருக்கறது பெருமை இல்லை ஆதித்தன். இந்த அரண்மனையில் இருக்கறதுதான் எனக்கு கௌரவம், பெருமை, சந்தோஷம் எல்லாம்."

"அதெல்லாம் சரிதான். ஆனா இது அவ்வளவு பாதுகாப்பானது இல்லை. மிஸ்டர் ஸாங் யே... எத்தனை பெருமைகள் இருந்தாலும், இந்த அரண்மனை இரவு நேரத்துல பார்க்க, பேய் மாளிகை மாதிரி இருக்கு. பழமையை விரும்பும் உங்களோட அலாதியான ஆர்வம் உங்களுக்கே ஆபத்தா முடியுமோன்னு கவலைப்படறேன்."

ஸாங் யே அதைப் பொருட்படுத்தியதாகவே தெரியவில்லை. பக்கத்திலுள்ள மேஜையில் அழகான மரச்சட்டகத்தில் இருந்த கண்ணாடியை எடுத்தார்.

"இந்தக் கண்ணாடியைப் பாருங்க. அந்தக் காலத்து பெல்ஜியம் கண்ணாடி. இன்னிக்கும் எப்படி உடையாம சிதையாம இருக்கு. லேசா மங்கலாகி இருக்கு, அவ்வளவுதான்."

"அமேசிங்... அதோட மரச்சட்டகம் அபாரமான வேலைப்பாடு."

"அபுபக்கரோட பையன் சுல்தான் இப்ரகீமின் மனைவி பயன்படுத்தின கண்ணாடி... நான் இதை ஸ்டாக்ஹோம் ஏலத்துல எடுத்தேன். நம்முடைய பொக்கிஷத்தை எவனோ திருடி, எங்கேயோ வித்திருக்கான். அது நம்மகிட்டயே வரணும்னு இருக்கு பாருங்க. அப்புறம் நான் உங்களுக்கு இன்னொரு அதிசயத்தைக் காட்டப்போறேன்."

அவசரமாக அங்கிருந்த கண்ணாடி அலங்கார பீரோவைத் திறந்தார். அதில் நகைக்கடைகளில் பிரேஸ்லெட் வைப்பது போன்ற, அழகான வெல்வெட் பெட்டி ஒன்றை எடுத்தார். அதைத் திறந்து அதில் இருந்த பென்சில் ஒன்றை ஆதித்தனிடம் காண்பித்தார்.

"இது யாருடைய பென்சில் தெரியுமா?" என்று மர்மப் புன்னகையுடன் கேட்டார். ஒடிந்துவிடுமோ என்கிற அளவு மிகப்பழசாக இருந்தது. ஆர்வத்தில் அதைக் கையில் வாங்க முயற்சித்துத் தனது கைகளை நீட்டினார் ஆதித்தன். சட்டென்று அதனைப் பின்னிழுத்து மூடினார் ஸாங் யே.

“அதெல்லாம் தொடக்கூடாது சாரி தப்பா நினைக்காதீங்க. ரொம்ப பத்திரமா வச்சிருக்கேன். இந்திய வம்சாவளி இல்லையா நீங்க? உண்மையில் உங்களுக்கு மெய் சிலிர்க்கும்னு நினைக்கிறேன். இது மகாத்மா காந்தியோட பென்சில். உங்க ஃபாதர் ஆஃப் நேஷன்.”

“அப்படியா, நிஜமாவா?”

“ஆமாம் லண்டன் ஏலக்கம்பெனி ஒலிவர் ரீவ் அண்ட் கோ இப்பதான் பதினஞ்சு நாளைக்கு முன்னால ஏலம் விட்டாங்க. ஒரு லட்சத்து முப்பதாயிரம் பவுண்ட் கொடுத்து வாங்கினது. 1931 ஆம் வருஷம் பிரிட்டன்ல வட்டமேஜை மாநாடு நடந்துச்சு. அதுல கலந்துக்கறதுக்காக காந்தி அங்க வந்திருந்தார். அப்போ அவரை ஜான் ஹெண்ட்ரின்னு ஓவியர் ஒருத்தர், ஓவியமா வரைஞ்சார். எல்லாம் பென்சில் ஓவியம்... அப்ப ஜான் ஹெண்ட்ரிக்கு காந்தி நன்றி தெரிவிச்சு, அங்கேயே ஒரு காகிதத்துல தன்னோட பென்சிலால நாலு வரி எழுதிக் கொடுத்திருக்கார். ஜான் ஹெண்ட்ரி கேட்டதாலே தான் கையெழுத்துப் போட்ட பென்சிலை அவருக்கே ஞாபகார்த்தமா கொடுத்துட்டார். அந்த ஓவியங்களை எல்லாம் பின்னாடி காலத்துல லண்டன்ல இருந்த சோத்பைஸ் அப்படிங்கற கம்பெனி ஏலம் விட்டுட்டாங்க. அந்தக் கடிதம் இப்ப எங்கேன்னு தெரியலை. ஆனா அந்தப் பென்சில் ஹெண்ட்ரியோட வாரிசுகள்கிட்ட இருந்துச்சு. அதை ஒலிவர் கம்பெனியில கொடுத்து ஏலம் விட சொல்லிட்டாங்க அதுதான் இது.”

“உண்மையிலேயே மெய்சிலிர்க்குது ஸாங் யே.”

“அந்த உணர்வு விலை மதிப்பில்லாதது. ஒவ்வொரு முறை ஒவ்வொரு பொருளைத் தொடும்போதும் நான் அதை உணர்கிறேன் ஆதித்தன்.”

“ரொம்ப உண்மையா சொல்லனும்னா இந்தப் பழங்காலப் பொருட்களை எல்லாம் அதிக விலை கொடுத்து வாங்கி சேகரம் பண்றவங்களை நான் பைத்தியக்காரர்கள் அப்படின்னுதான் இதுநாள் வரைக்கும் நினைச்சிக்கிட்டு இருந்தேன்.”

“அப்படி நினைச்சிக்கிட்டு இருக்கிறவங்களை நான் கண்ணிருந்தும் குருடர்கள் அப்படின்னுதான் சொல்லுவேன். ஒவ்வொரு பொருள்லேயும் அதைப் பயன்படுத்தினவங்களோட உயிரின் துளி

ஒட்டிக்கிட்டு இருக்கு. அதை நாம தொடும்போது மட்டும்தான் உணரமுடியும். காதால கேள்விப்படறவங்களால உணர முடியாது. அதுக்குள்ள விழிச்சிக்கிட்டு இருக்கற அவங்களோட ஆன்மா நம் விரல்களை வருடும். அதை வார்த்தைகளால சொல்லிட முடியாது ஆதித்தன்... இப்ப உங்களுக்கு ரொம்பப் பக்கத்துல காந்தி இருக்காரு. ஆனா அவரைநான் தொடவிடலை. இப்பதான் உங்களுக்குள்ள ஒரு பரவசம் ஊறும்."

"என் மனசுல இருக்கற எண்ணத்தை அப்படியே சொல்லிட்டீங்க ஸாங் யே... எனக்கு உண்மையிலேயே ஏமாற்றமாகத்தான் இருக்கு."

"யெஸ்... யெஸ்... அப்பத்தான் உங்களுக்கு அந்த உன்னதம் புரியும். அதை உடனே உங்களைத் தொடவிட்டுட்டா அதோட மகத்துவத்தை முழுசா உங்களால புரிஞ்சிக்க முடியாது. அது உங்களுக்கு மிக நெருக்கத்தில்..." கண்களை இறுக்க மூடி கைகளை ஒன்றிணைத்து தனது உடல் மொழியால் நெருக்கத்தைப் புரிய வைக்க முயற்சித்தார் ஸாங் யே. "ஆமாம் ரொம்ப நெருக்கத்தில் அந்த ஆன்மா இருக்கிறது. ஆனா உங்களால் நெருங்க முடியாத நெருக்கம். என்ன ஒரு வினோதம். ஒரு நிமிஷம் யோசிச்சுப் பாருங்க. உங்கள் கண்களுக்கும் இமைகளுக்கும் இடையே உள்ள நெருக்கம் மாதிரி. உங்கள் கண்களால் ஒரு போதும் உங்கள் இமைகளைப் பார்க்கவே முடியாது."

"ஆமாம்..." ஒருமுறை முயற்சித்துப் பார்த்துத் தோல்வியுற்றார் ஆதித்தன்.

"இப்ப உங்களுக்கு அந்த இமைகள் மாதிரி காந்தியின் பென்சில்... இந்த ஏமாற்றம் அப்படியே இருக்கட்டும் ஆதித்தன். அதை பத்திரமா வச்சிக்கங்க. நீங்க மிக விரும்பும் ஒரு பெண் தொலைவில் இருந்து எப்படியோ ஐ லவ் யூ அப்படின்னு உங்களுக்கு சொல்லிட்டான்னு வச்சிக்குவோம்... அவளை அடுத்த முறை நேரடியா சந்திக்கக் காத்திருக்கும் தருணம் எவ்வளவு உன்னதமா இருக்கும்? அது மாதிரி காத்திருங்க அதுக்கு அப்புறம் அந்தப் பென்சிலைத் தொடும்போதுதான் உங்களால மெய்மறக்கும் சிலிர்ப்பை அடைய முடியும்."

"யெஸ் யூ ஆர் ரைட் ஸாங் யே."

"உங்கள் இந்தியாவிலிருந்து, நீதிபதிகள் நமது நீதிமன்றத்தின் 53 வது ஆண்டு விழாவில் கலந்துகொள்ள வருகிறார்கள் என்று கேள்விப்பட்டேன்."

"ஆமாம் அது விஷயமாகத்தான் சீஃப் ஜஸ்டிஸ்-சை பார்த்துவிட்டு வருகிறேன் இந்தியாவுக்கும் சிங்கப்பூருக்கும் ஆத்மார்த்தமான பந்தம் இருக்கு. லீ க்வான் யூ வை கடவுள் மாதிரி பாவிக்கிறவர்கள் தமிழ்நாட்டில் இன்னமும் கூட இருக்கிறார்கள். ஐம்பதாவது ஆண்டுவிழாவுக்கு கூட இந்தியாவில் இருந்து நீதியரசர்கள் வந்திருந்தார்கள்."

"அப்ப நமக்கு நிறைய வேலை இருக்குன்னு சொல்றீங்க."

"ஆமாம் அவர்களை காந்தி மியூசியத்துக்கு அழைத்துச் செல்லவேண்டிய பொறுப்பை நம்ம இரண்டு பேருக்கும் தந்திருக்கார் சீஃப் ஜஸ்டிஸ்... என்னுடையது பெரும்பாலும் சிவில் கேஸ். இன்னிக்கு கேஸ் எல்லாம் சீக்கிரம் முடிஞ்சிடுச்சு. அதனால அவர் ரூமுக்கு வரச்சொன்னார். நீங்க கிரிமினல் கேஸ் எல்லாம் பாக்கறீங்க அதான் பிசியா இருக்கீங்க அனேகமா நாளைக்கு உங்ககிட்ட பேசுவார்."

ஸாங் யேவின் உதவியாளர் அவரிடம் வந்து சன்னமான குரலில், "சார் உங்களைப் பார்க்க தியோடர் ஹெண்ட்ரி அப்படின்னு ஒருத்தர் வந்திருக்கார். அப்பாயிண்ட்மெண்ட் இல்லை. ஆனா அப்பீலிங் கமிட்டி மெம்பர் ஹோரங்க் ஜூன் லெட்டர் கொடுத்திருக்கார்."

"ஓகே வரச்சொல்லுங்க செக்யூரிட்டி செக் பண்ணிட்டு அனுப்புங்க."

"ஓகே சார்."

சில நிமிடங்களில் தியோடர் உள்ளே வந்தார்.

"குட் ஈவினிங் சார். நான் தியோடர் லண்டன்லேர்ந்து வர்றேன் ஜான் ஹெண்ட்ரியோட உறவினர்."

ஸாங் யே புருவங்களை உயர்த்தினார் "ஜான் ஹெண்ட்ரி?"

"ஆமாம் சார் காந்தியோட பென்சில் ஓவியங்களை வரைந்தவர். அவருக்கு காந்தி தந்த பென்சிலைத்தான் நீங்க ஏலத்துல எடுத்திருக்கீங்க."

ஸாங் யே எழுந்து நின்று அவரது கைகளைக் குலுக்கினார். “அமேசிங் அமேசிங் என்ன ஒரு அதிர்ஷ்டம் பாருங்க. வரலாற்று முக்கியத்துவம் வாய்ந்தவை உங்கள் கைகள். ஹெண்ட்ரியோட உறவினர்... கூஸ்பம்ப் மொமென்ட். சொல்லுங்க தியோடர்.”

“நீங்கள் பழமை மிகுந்த பொருட்களை எல்லாம் வாங்கி பத்திரமா காப்பாத்தறீங்க... உங்ககிட்ட அந்தப் பென்சில் வந்து சேர்ந்தது எங்களுக்கு ஒருவகையில ரொம்ப மகிழ்ச்சி.”

“ப்ளெஷர் இஸ் மைன்.”

“உங்களுக்கு ஒரு வினோதமான பழக்கம் இருக்குன்னு கேள்விப்பட்டோம். எந்த ஒரு பழமையான பொருளை ஏலத்துல எடுத்தாலும், அதை உங்க பயன்பாட்டுல கொஞ்ச நாள் வச்சிருந்து, பிறகுதான் உங்க வீட்டுல உள்ள மியூசியத்துல வைப்பீங்க அப்படின்னு தெரிஞ்சுது.”

“ஆமாம் ஒருவகையில் அந்தப் பொருட்களோட ஓர் ஆத்ம பந்தத்தை அது உருவாக்குது. இவர் மிஸ்டர் ஆதித்தன். இவரும் ஜட்ஜ்தான். கொஞ்ச நேரத்துக்கு முன்னாடிதான் அந்தப் பென்சிலைப் பார்த்தார். ஆனா தொடலை... தொடுவதற்கான நேரம் வரலை அப்படின்னுதான் சொல்லுவேன். ஏலத்துல தொகை ஏற ஏற எனக்குள்ள ஒரு பதட்டம் இருந்துச்சு. எனக்குத்தான் அப்படின்னு ஆன பிறகு ஒரே ஒரு முறை அந்தப் பென்சிலைத் தொட்டேன் அப்படி ஒரு சிலிர்ப்பு. இதுக்கு அப்புறம் என்னுடைய அடுத்த தீர்ப்பு சமயத்துலதான் தொடுவேன். அதுவரைக்கும் அந்த எதிர்பார்ப்பு இருக்கே அதுக்கு இணையே இல்லை.”

“புரியுது சார்... ஆனா அதுலதான் எங்களுக்கு ஒரு ரிக்வஸ்ட் இருக்கு.”

“சொல்லுங்க.”

“ஒலிவர் கம்பெனியில் ஏலத்துக்குத் தந்தது ரிச்சர்ட் பிரவுன். அவர் எனக்கு சகோதரர் முறை. அவர்தான் ஹெண்ட்ரிக்கு நேரடி உறவு. குடும்பச் சூழல் காரணமா வேற வழியில்லாம ஏலத்துக்குத் தந்துட்டார். இன்ஃபாக்ட் அவருக்கு அந்த ஐடியாவைச் சொன்னதே நான்தான்.”

“ஓ தேங்க் யூ.”

“இப்ப என்ன சிக்கல்னா அடுத்த கேஸ் லிம் யுன் பொதுச்சொத்தை சேதப்படுத்தியதற்கான தீர்ப்பு. அடுத்தது ஆஸ்திரேலியன் வான் டாங்க் போதைப்பொருள் கடத்தியதற்கான வழக்கின் தீர்ப்பு... இரண்டுதான் உங்க ஷெட்யூல்ல இருக்குன்னு எல்லோருக்கும் தெரியும்.”

“மிஸ்டர்.... கேஸ் பத்தி எதுவும் பேசறதுக்கு உங்களுக்கு அனுமதி இல்லை. என்ன காரணம் சொல்லி ஹோாங்க் கிட்ட லெட்டர் வாங்கனீங்க?”

“முழுசா சொல்லிடறேன் சார்.... நான் கேஸ் பத்தி எதுவும் பேச வரலை. ஆனா அதுல வான் டாங்க் போதை மருந்து கடத்துனதால அவருக்கு மரண தண்டனை கிடைக்க வாய்ப்பு இருக்குன்னு அம்னெஸ்டி இன்டர்நேஷனல் சிங்கப்பூர் பிரான்ஞ்சில பேசிக்கறாங்க. லிம் யுன் மிக அதிகபட்சமா சேதம் பண்ணியதால பிரம்படி உண்டுன்னும் சொல்றாங்க.”

“ரிடிகுலஸ் என்னுடைய தீர்ப்பு எப்படி இருக்கும்னு அவங்க எப்படி ப்ரடிக்ஷன் சொல்லலாம்? மிஸ்டர் நீங்க எழுந்து வெளியில போங்க.”

“மிஸ்டர் தியோடர். ஒரு நீதிபதி வீட்டுக்கே வந்து அவரோட ஜட்ஜ்மென்ட் பத்தி எல்லாம் இப்படி கமென்ட் பண்றது சட்டப்படி குற்றம். நீங்க ஒரு பிரிட்டிஷ் சிட்டிசன். அதனால பொறுமையா பேசிக்கிட்டு இருக்கார்” என்றார் ஆதித்தன் கோபமாக...

“சாரி சார் இப்பவும் உங்க ஜட்ஜ்மென்ட் பத்தி எதுவும் சொல்ல வரலை. உங்களோட வழக்கப்படி அந்தத் தீர்ப்புல கையெழுத்துப் போட காந்தியோட பென்சிலை பயன்படுத்தப்போறதா ஒரு யூகம் இருக்கு. காந்தியின் அடையாளமே அஹிம்சைதான் பிரம்படி என்பது எத்தனை கொடூரமானதுன்னு உங்களுக்கே தெரியும். ஒரு மனிதனோட புட்டத்துல 24பிரம்படிகள் விழுந்தா அவன் வாழ்நாள் முழுக்க நடக்கவே முடியாது - உட்கார முடியாது- குப்புறதான் கிடக்கணும். அது ஒருவகை உயிர்வதை. பத்து அடி விழுந்தாலே அது நரகம்தான். உங்க சட்டத்தை விமர்சிக்கலை ஆனா காந்தியின் பென்சில் அதற்குப் பயன்படப் போகுதுங்கற செய்தி எங்களுக்குப் பெரிய குற்ற உணர்ச்சியைத் தருது.”

“தீர்ப்பில் பேனாவால்தான் கையொப்பமிடணும். பென்சிலால் நான் என்னுடைய நீண்ட நாள் கொள்கைக்காகப் போடுவேன். அது அஃபீஷியல் இல்லை...”

“எதுவாக இருந்தாலும் வேணாம் சார் பிரிட்டன் தற்சமயம் இந்தியர்களை வெகுவாக மதிக்கிறது. ஒரு மரணதண்டனைத் தீர்ப்புக்குக் கீழோ அல்லது பிரம்படி மாதிரி கொடூரமான தண்டனைக்குக் கீழோ காந்தியின் பென்சிலால் கையொப்பமிடுவது அவருக்குச் செய்யும் அநீதி அப்படின்னு நான் நினைக்கிறேன். இந்தியர்களுடைய மனம் புண்படும். அது எங்களுக்குப் பெரிய மன உளைச்சலைத் தரும்.”

“நான் இதுக்காக சீஃப் ஜஸ்டிஸ் கிட்ட ஸ்பெஷல் பர்மிஷன் எல்லாம் வாங்கி இருக்கேன். இந்த மாதத்துடன் எனக்கு ஓய்வு. அனேகமாக அந்த இரண்டு வழக்குகள்தான் எனக்குக் கடைசியாக இருக்கும்.”

“ஒரு செயலை ஆர்வத்தின் காரணமாக இப்பொழுது செய்துவிட்டு, அதற்குப் பிறகு வாழ்க்கை முழுக்க அதற்காக வருத்தப்பட வேண்டாம்னு நினைக்கிறேன் சார்.”

“சிங்கப்பூர் சட்டப்படி, சிங்கப்பூர் நீதித்துறையில் பணியாற்றும் ஒரு சிங்கப்பூர் குடிமகன் என்ன செய்வாரோ, அதைத்தான் நானும் செய்கிறேன். இதில் குற்ற உணர்ச்சி எதுவும் தேவையில்லை. காந்தியே இன்று இருந்தாலும் அவர் என்னைத்தான் ஆதரிப்பார். சட்டத்துக்குக் கட்டுப்படுவதுதான் ஒரு நல்ல குடிமகனுக்கு அழகு.”

“ஒருவேளை நீங்கள் இந்தத் தண்டனைகளைத் தவிர்த்துவிட்டு அவர்களுக்கு மன்னிப்பு வழங்கினால் அவர் இன்னமும் மகிழ்ச்சி அடைவார்.”

“ஒரு நீதிபதியை நீங்கள் வலியுறுத்த முடியாது - மிஸ்டர் தியோடர். குற்றம் செய்யும் மனப்பான்மையை அடியோடு வேரறுக்கும் தண்டனைகள் அவை... ஒரு போதை மருந்து கடத்துபவனால் எத்தனை உயிர்கள் பலியாகின்றன என்று உங்களுக்குத் தெரியுமா? ஒரு தெருப்பொறுக்கியின் வன்முறையால் எத்தனை பேருடைய வாழ்வாதாரம் பாதிக்கப்படுகிறது என்று உங்களுக்குத் தெரியுமா? உண்மையில் நான் அவருடைய பென்சிலில் கையெழுத்திடுவதை

அவரது ஆன்மா ஏற்றுக்கொள்ளும் நீங்கள் கிளம்பலாம்” முகத்தைக் கடுமையாக வைத்துக்கொண்டு சொன்னார் ஸாங் யே.

“மிக்க நன்றி சார். இவ்வளவு நேரம் எனக்குப் பொறுமையாக விளக்கமளித்ததுக்கு நன்றி சார்” என்று மரியாதையாக இருவரையும் வணங்கிவிட்டு வெளியேறினார் தியோடர்.

சிங்கப்பூர் உச்ச நீதிமன்றத் தலைமை நீதிபதியின் அறை. நீதிபதிகள் ஸாங் யே, நீதிபதி ஆதித்தன், நீதிமன்ற அலுவலகத் தலைமைப் பொறுப்பாளர் அனைவரும் அமர்ந்திருக்கின்றனர்.”நீதிமன்ற வளாகத்தில் அந்தப் பிரிட்டிஷ்காரர்... அவரோட பேரு...” தலைமை நீதிபதி தனது நினைவுகளை மீட்டுக் கொண்டுவரும் முயற்சியில் இருந்தார்.

“தியோடர் சார்” என்றார் தலைமைப் பொறுப்பாளர்.

“ஆமாம் அவர் உண்ணாவிரதம்னு அனவுன்ஸ் பண்ணி உக்காந்துட்டார். ஆக்சுவலா நீதிமன்ற வளாகத்துல இப்படி உட்கார அனுமதி கிடையாது. அவர் முறையா பர்மிஷன் வாங்கலை. ஆனா அவர் ஒரு பிரிட்டிஷ் சிட்டிசன். இது ரெண்டு நாட்டுக்கும் உள்ள உறவுல சிக்கலைக் கொண்டுவந்துடும். மீடியா எல்லாம் கோர்ட் வாசலுக்கு வந்துட்டாங்க. விஷயத்தை அவங்க சென்சிட்டிவ் ஆக்கிடுவாங்க.”

“சட்டம் எல்லோருக்கும் சமம்தான். பொது அமைதிக்கு ஊறு விளைவித்தால் அது சட்டப்படி குற்றம் இல்லையா? எஸ்.பி.எஃப்க்கு இன்ஃபார்ம் பண்ணிடுவோம் சார்” என்று ஸாங் யே வலியுறுத்தினார்.

“அதுலதான் சின்ன பிரச்சினை இருக்கு. முதல்ல அவங்க தூதரகத்துக்கு இன்ஃபார்ம் பண்ணி. அங்கேர்ந்து ஹையர் அஃபீஷியல் யாரையாச்சும் வரச்சொல்லி அவருக்கு அட்வைஸ் பண்ணச் சொல்லுவோம். நாம ஒரு ஆக்ஷன் எடுத்து அதுக்கப்புறம் அவங்க வேற மாதிரி எடுத்துக்கிட்டா பெரிய பிரச்சினை ஆயிடும். இன்ஃபாக்ட் இந்த வளாகத்துல கார் பார்க்கிங் கூட கிடையாது. அவ்வளவு சின்ன இடம் இதுல இத்தனை மீடியா, பப்ளிக் அப்படின்னு கூட்டம் கூடிடக்கூடாது. அதனால எஸ்.பி.எஃப்-ஐ வரச்சொல்லி உள்ளே யாரையும் அலவ் பண்ணக்கூடாதுன்னு

ஸ்ட்ரிக்டா சொல்லிடுவோம். நான் மினிஸ்டருக்கு இன்ஃபார்ம் பண்ணிடறேன்."

"இந்த மாதிரி எக்ஸ்டர்னல் பிரஷர் குடுத்து நீதிமன்ற நடவடிக்கைகளில் குறுக்கிட அனுமதிக்கக் கூடாது சார்" என்று பணிவுடன் கேட்டுக்கொண்டார் ஸாங் யே.

"அதுல காம்ப்ரமைஸ் பண்ண மாட்டேன்... நீங்க ப்ரொசீட் பண்ணுங்க. வேடிக்கை என்னன்னா பிரிட்டிஷ் கவர்ன்மெண்ட்டை எதிர்த்து காந்தி ஹங்கர் ஸ்ட்ரைக் பண்ணினார். இன்னிக்கு காந்திக்காக ஒரு பிரிட்டிஷ்காரர் அதே ஹங்கர் ஸ்ட்ரைக்கை கையில எடுத்திருக்கிறார்."

"இதுக்கு முன்னால ஜேம்ஸ் ஓடிஸ் அப்படிங்கற அமெரிக்கக்காரர் காந்திக்காக உண்ணாவிரதம் இருந்திருக்கார். ஆச்சர்யம் என்னன்னா அதுவும் காந்தியோட பொருட்களை ஏலம் விட்ட இஷ்யூதான்," என்று நினைவு கூர்ந்தார் ஆதித்தன்

"அப்படியா கொயட் இண்ட்ரஸ்டிங்... அது என்ன இஷ்யூ?"

"காந்தியோட ஸெனித் கடிகாரம், அவரோட வேர்க்கடலைக் தட்டு, சப்பல் இது எல்லாம் திருட்டுப் போயிடுச்சு. அதைத் திருடுனவன், ஜேம்ஸ் ஓடிஸ்கிட்ட வித்துட்டான். அவர் கோடீஸ்வர வியாபாரி. அதை அதிக விலைக்கு ஏலத்துக்கு வித்துட்டார். ஆனா ரொம்ப நாளைக்குப் பிறகு அப்படிப் பணத்துக்காக ஏலம் விட்டது தப்புன்னு உணர்ந்து ஓடிஸ் இந்தியர்களிடம் மன்னிப்பு கேட்டு 30 நாட்கள் உண்ணாவிரதம் இருந்தார்னு ஒரு செய்தி படிச்சிருக்கேன்"

"காந்தி ஓர் ஆச்சர்யகரமான மனிதர்... உலகத்தின் ஏதோ ஒரு மூலையில் இன்னமும் அவர் வாழ்ந்துகிட்டுதான் இருக்கார். ஓகே யூ கேரி ஆன்."

மூவரும் வெளியே வந்தனர்.

உச்ச நீதிமன்றத்தின் ஐந்தாவது வழக்குமன்ற வளாகம்...

வான் டாங்கின் வழக்கறிஞர் புதிய மனு ஒன்றை நீதிமன்றத்தில் சமர்ப்பித்தார்.

“மிஸ்டர் நடேசன்... உங்க ஃபைனல் ஆர்க்யூமெண்ட் மட்டும்தான் இங்க சப்மிட் பண்ணலாம். இப்ப புதுசா ஒரு எவிடன்ஸ் இருக்குன்னு மனு குடுத்திருக்கீங்க. நீதிமன்ற நடைமுறைகள் உங்களுக்குத் தெரியாதா?

“நிச்சயம் தெரியும் யுவர் ஹானர். ஆனா வழக்குல இன்னும் தீர்ப்பு சொல்லப்படலை. ஒரு உயிர் சம்பந்தப்பட்ட விஷயம் இது... இந்த எவிடன்ஸ் இப்பதான் கிடைச்சிருக்கு.”

“ஐ அப்ஜக்ட் யுவர் ஹானர்” அரசுத் தரப்பு வழக்கறிஞர் கடுமையாக ஆட்சேபித்தார்.

“இதைக் கண்டிப்பா அனுமதிக்கணும்னு தாழ்மையுடன் கேட்டுக்கொள்கிறேன் யுவர் ஹானர். இது முக்கியமான எவிடன்ஸ். ஒருவேளை இறுதி மேல் முறையீட்டுக்குப் போச்சுன்னா அங்க நிச்சயமா நான் இந்த எவிடன்ஸை ஃபைல் பண்ணுவேன். அப்ப அவங்க அதை எடுத்துப்பாங்கன்னு உறுதியா நம்பறேன். இந்த வழக்கு இங்கேயே முடியணும்னு விரும்பறேன்.”

“ஓகே அந்த மனுவை இப்படிக் குடுங்க” நீதிமன்ற அலுவலர் அவரிடம் தருகிறார்.

“ஓகே.. அந்த சிசி டிவி ஃபுட்டேஜைத்தான் ஏற்கனவே பார்த்தோமே.”

”பார்த்தோம் ஆனா சரியா நோட் பண்ணலை. அந்த ஃபுட்டேஜை மறுபடி போட்டா என்னால நிரூபிக்க முடியும்.”

சிசிடிவி ஃபுட்டேஜ் மறுபடி அங்கே காண்பிக்கப்படுகிறது.

“அதுல வான் டாங் கையில இருக்கிற பேக்கேஜ் கஞ்சா பொட்டலம் ஒண்ணுதான். எல்லா பாக்கெட்டுலேயும் ஒரு ஸ்லிப் ஒட்டி இருக்கு. பர்ட்டிக்குலரா அவர் கையில வச்சிருக்கற அந்த பாக்கெட்டுல ஒரு ரெட்மார்க் பண்ணி இருக்கறதைப் பாருங்க... நல்லா ஸூம் பண்ணுங்க....”

“ஆமா தெரியுதே அவர் கையில கஞ்சா வச்சிருந்ததுக்கு இதை விடப் பெருசா என்ன ஆதாரம் வேணும்?”

“ஆனா போலீஸ் பிடிச்சப்ப இந்த ஒரு பாக்கெட்தான் அவர் கையில இருக்கு. மத்த பாக்கெட் எல்லாம் அவரோட ஆஃபீஸ் கார் பார்க்கிங்ல எடுத்திருக்காங்க.”

"ஓகே."

"அவர் கையில வச்சிருக்கிற ரெட் மார்க் பொட்டலம் நானூற்றி முப்பது கிராம் அப்படின்னு அதுல எடை போட்டிருக்கு. லேப்ல அதை உறுதியும் பண்ணி இருக்கு. நம்ம நாட்டுச் சட்டப்படி 500 கிராமுக்கு மேல உள்ள போதைப்பொருட்களைக் கையில் வச்சிருந்தா மட்டும்தான் மரண தண்டனை விதிக்கலாம்னு தெளிவா இருக்கு. மற்ற பாக்கெட் எல்லாம் 500 கிராமுக்கு மேலதான் இருக்கு. ஆனா அவை எதுவும் அவர் கையில இல்லை. ரெட் மார்க் போட்ட அந்த ஒரு பாக்கெட் மட்டும்தான் போலீஸ் பிடிக்கிறப்ப இருந்தது. அப்படின்னா அவருக்கு மரண தண்டனை வழங்குவதற்கான எந்த முகாந்திரமும் இந்த வழக்கில் இல்லை."

"போலீஸ் ஆஃபீஸர் ஆர் யூ அக்ரீட்?"

"எஸ் சார்" தயங்கியபடி சொன்னார்.

"தேங்க்யூ ஆஃபீசர். ஆகையினால இந்த எவிடன்ஸ் மிக முக்கியமானது. இதுக்கு முன்னால அந்த ரெட் மார்க்கை கவனிக்கலை. அதுக்காக இந்த நீதிமன்றத்தில் மன்னிப்பு கேட்டுக்கொள்கிறேன். உலக மன்னிப்பு சபை, மனித உரிமை அமைப்புகள், ஆஸ்திரேலிய அரசாங்கம் இப்படி எல்லோரும் அவருக்கு மரண தண்டனை வழங்க வேண்டாம் என்று கோரிக்கை வைக்கிறார்கள். இந்தத் தருணத்தில் நாம் யோசித்து தீர்க்கமாக ஆராய்ந்து தீர்ப்பு வழங்க வேண்டும் என்று தாழ்மையுடன் கேட்டுக்கொள்கிறேன்" என்று அமர்ந்தார்.

"இந்த எவிடன்ஸை கோர்ட் ஏற்றுக்கொள்கிறது. உரிய கம்ப்யூட்டர் நிபுணர்களிடம் இந்த ஃபுட்டேஜை அனுப்பி ஒருமுறை சரிபார்த்து அதனோட உண்மைத்தன்மை பற்றிய ரிப்போர்ட்டை எனக்கு வருகிற 27 ஆம் தேதிக்குள்ள சப்மிட் செய்ய வேண்டும் என்று உத்தரவிடுகிறேன். இந்த வழக்கின் தீர்ப்பு வருகிற 30 ஆம் தேதியன்று வழங்கப்படும். அடுத்த வழக்கு...."

லிம் யுன் னின் வழக்கறிஞர் நாதன் எழுந்து தனது இறுதித் தரப்பு வாதத்தை முன்வைத்தார்.

"யுவர் ஹானர்... குற்றம் சாட்டப்பட்ட லிம் யுன் மனநிலை தெளிவு அற்றவர் என்பது என் வாதம்."

“ஐ அப்ஜெக்ட் யுவர் ஹானர். மருத்துவப் பரிசோதனையில் அவருக்கு மனநிலை ஸ்திரமாக, ஆரோக்கியமாக உள்ளது என்று தெளிவாகக் குறிப்பிடப்பட்டுள்ளது” என்று அரசுத் தரப்பு வழக்கறிஞர் அதனை மறுத்தார்.

“அப்ஜக்ஷன் சஸ்டெயிண்ட்.”

“லிம் யு இதய நோயாளி அவரால் பிரம்படி மாதிரியான தண்டனைகளைத் தாங்குவதற்கான உடல் வலு இல்லை. ஆரோக்கியமானவரும் இல்லை.”

“அதற்கான மெடிக்கல் சர்ட்டிஃபிகேட் ஏதாவது சப்மிட் பண்ணி இருக்கீங்களா?”

“இல்லை யுவர் ஹானர். கோர்ட் உத்தரவிட்டால் அவருக்கு மறுபடி மருத்துவப் பரிசோதனை செய்யலாம்.”

“ஐ அப்ஜெக்ட் யுவர் ஹானர் - இது வழக்கை விரைந்து முடிக்காமல் இழுத்தடிக்கும் முயற்சி. இதை நீதிமன்றம் அனுமதிக்கக் கூடாது.”

“அப்ஜக்ஷன் சஸ்டெயிண்ட்.”

“போன முறை வழக்கு விசாரணைக்கு வந்தபொழுது லிம் யுன் நீதிமன்ற வளாகத்திலேயே மயங்கி விழுந்துவிட்டார். அவர் மிகப் பலகீனமாக இருக்கிறார். அவருக்கு பிரம்படி தண்டனையிலிருந்து விலக்கு பெறுவதற்கு அபராதத் தொகை கட்டுவதற்கு அனுமதிக்க வேண்டும். முன்கூட்டியே அந்தத் தொகை எவ்வளவு என்று அறிவிக்க வேண்டும். அதற்குச் சட்டத்தில் இடமிருக்கிறது. லிம் யுவுக்கு தற்பொழுது எந்த வருமானமும் இல்லை. அவர் கடன் பெற்றுதான் தொகையைக் கட்டவேண்டும் அதற்கான அவகாசத்தை நீதிமன்றம் அவருக்குக் கருணையுடன் அறிவிக்கவேண்டும்.”

“இந்த வழக்கின் தீர்ப்பு நாளைக்கே அறிவிக்கப்படும். கோர்ட் அட்ஜர்ண்ட்” என்று நீதியரசர் ஸாங் யே தனது இருக்கையில் இருந்து எழுந்தார்.

பிரிட்டன் தூதரக அலுவலகம். தூதரக அலுவலக அதிகாரி வில்லியம்ஸ் தனக்கு முன்னே அமர்ந்திருந்த தியோடரிடம் லிம் யுன் வழக்கின் தீர்ப்பு நகலைக் காண்பித்தார்.

“லிம் யுன்னிற்கு ஐந்து லட்சம் சிங்கப்பூர் டாலர் அபராதம் என்று தீர்ப்பு அளித்து இருக்கிறார்கள். அதைக் கட்டுவதற்கு அவருக்கு பதினைந்து நாட்கள் அவகாசம் தந்திருக்கிறார்கள். அவர் உரிய நேரத்துக்குள் அபராதத் தொகையைக் கட்டவில்லை என்றால் வழக்கு மறுபடி மறுஆய்வு குழுவுக்குச் செல்லும் அங்கு பிரம்படி நிச்சயம். துரதிர்ஷ்டவசமாக மறு ஆய்வுக்குழுவின் தலைவர் தற்காலிக விடுப்பில் உள்ளதால். ஸாங் யேதான் அதற்கும் தலைவர்.”

“நான் ரிச்சர்டிடம் பேச விரும்புகிறேன்” என்று கேட்டார் தியோடர்.

“தாராளமாக.”

ரிச்சர்டைத் தொடர்புகொண்டார் தியோடர். வாட்ஸப் வழியாக நேரலையாக வந்தார் ரிச்சர்ட்.

“ரிச்சர்ட் இன்னும் வான் டாங் வழக்கின் தீர்ப்பு வழங்கப்படவில்லை. 30 ஆம் தேதிக்கு ஒத்தி வைத்துள்ளார்கள். நான் உண்ணாவிரதத்தை கைவிடவில்லை. தூதரக அலுவலகத்தில் தொடர்ந்து உண்ணாவிரதம் இருக்கிறேன்.”

“ஐயாம் சாரி தியோடர்.”

“நான்தான் சாரி சொல்ல வேண்டும் ரிச்சர்ட்... காந்தியின் பென்சிலை ஏலத்துக்கு விட வேண்டும் என்பது என்னுடைய யோசனைதான்.”

“லிம் யுன் வழக்கு என்னாயிற்று?”

“அவருடைய வழக்கில் தீர்ப்பு சொல்லிவிட்டார்கள். அவர் 15 நாட்களுக்குள் ஐந்து லட்சம் சிங்கப்பூர் டாலர் அபராதம் கட்ட வேண்டும். கட்டவில்லை என்றால் பிரம்படி நிச்சயம்.”

“பிரிட்டன் பவுண்டில் எவ்வளவு?”

“கிட்டத்தட்ட மூன்று லட்சம் பவுண்ட்.”

“ஓ மை காட்... ஏலக் கம்பெனி நமக்குத் தந்தது கமிஷன் போக ஒரு லட்சத்து இருபதாயிரம் பவுண்ட்தான்.”

“என்ன செய்யலாம்.”

“அவருக்கு சோர்ஸ் இருக்கா?”

“இல்லை அவருடைய வழக்கறிஞரிடம் பேசினேன் அவரால் தற்சமயம் பத்தாயிரம் பவுண்ட் அளவுதான் சேகரிக்க முடியுமாம். அதற்கு மேல் அவரிடமும் பணம் இல்லை அவருக்கு உதவவும் ஆள் இல்லை. பணம் கட்டவில்லை என்றால் பிரம்படி தண்டனையை எந்த சக்தியாலும் தடுக்க முடியாது.”

“சரி நான் எப்படியாவது அந்தத் தொகையை கலெக்ட் செய்கிறேன். என்னோட பிராப்பர்ட்டி வெஸ்ட் மிட்லேண்ட்டில் கொஞ்சம் இருக்கு. அதை வித்திடலாம்னு இருக்கேன். இம்மீடியட்டா பிராசஸ் பண்றேன் நல்ல விலைக்குப் போகும் நீங்க ஹங்கர் ஸ்ட்ரைக்கை வித்ட்ரா பண்ணிக்கங்க.”

“நோ ரிச்சர்ட் 30 ஆம் தேதி வரைக்கும் நான் கண்டினியூ பண்ணலாம்னு இருக்கேன். இன்னும் பத்து நாள்தான் இருக்கு. இப்ப வித்ட்ரா பண்ணினா ஜட்ஜ்மெண்ட் மாறிட்டா கஷ்டமாயிடும்.”

“சிங்கப்பூர் சட்டப்படி வாங் டானுக்கு நிச்சயம் மரண தண்டனை இருக்காது மிஸ்டர் தியோடர். அவர் கையில இருந்தது பிலோ 500 கிராம்னுதான் ப்ரூவ் ஆகி இருக்கு. அதனால நீங்க தைரியமா வித்ட்ரா பண்ணலாம்” என்றார் வில்லியம்ஸ்.

“இல்லை சார் காந்தியோட இயல்பு, முடிவு கைக்கு வருகிறவரை அவர் உண்ணாவிரதத்தை வித்ட்ரா பண்ணமாட்டார். அதுல உறுதியா இருப்பார் நானும் அப்படி இருக்கறதுதான் அவருக்குச் செய்யக்கூடிய மரியாதையாக இருக்கும். இல்லைன்னா இந்தியர்கள் நம்மை மன்னிக்கமாட்டார்கள்.”

“ஆக்சுவலா அவரைக் கொன்றவர்களே இந்தியர்கள்தான். அப்படி ஒன்றும் வருந்துகிற மனநிலையில் இன்று இந்தியர்கள் இல்லை.”

“ஆனால் பிரிட்டன் மக்கள் அவரை, அவரது கொள்கைகளை இப்பொழுது உணர்கிறோம் வெகுவாக மதிக்கிறோம். அந்தப் பென்சிலில் ஒரு மனிதனை வதைக்கும் எந்த ஆணையிலும் கையொப்பமிடக்கூடாது.”

“ஓகே தியோடர் நான் பணத்துக்கு ஏற்பாடு செய்கிறேன். அந்த வழக்கு மறு ஆய்வு விசாரணைக்கு போகக்கூடாது. தூதரக

அலுவலகத்துலேயே நீங்க உண்ணாவிரதம் இருங்க.... நீங்க உண்ணாவிரதம் இருக்கும் வரைக்கும் நானும் உண்ணாவிரதம் இருக்க முடிவு செய்திருக்கிறேன்' என்றார் ரிச்சர்ட் உறுதியாக.

"ரிச்சர்ட்... ரிச்சர்ட்" தியோடர் கூப்பிட்டுக்கொண்டிருக்கும் போதே இணைப்பைத் துண்டித்தார் ரிச்சர்ட்.

பணி ஓய்வுநாள் விழா முடித்து களைத்த உடலுடன் அமர்ந்திருந்தார் ஸாங் யே. அவருக்கு வந்திருந்த பரிசுப்பொருட்களை ஆர்வத்துடன் பார்த்துக்கொண்டிருந்தார்.

"உங்களுடைய இண்ட்ரஸ்ட் புரிந்து பலரும் ஆண்டிக் மெட்டீரியல்களை பரிசாகத் தந்துள்ளனர். எல்லாமே பிரமாதமா இருக்கு" -ஆதித்தன்

"அவை அத்தனையும் ஒரிஜினல் இல்லை ஆதித்தன். எல்லாமே இன்றைய தொழில்நுட்பத்தில் செய்யப்பட்டவை. என்னுடைய மியூசியத்தில் இவற்றுக்கு இடம் இல்லை என்றாலும் என் அலமாரியில் வைத்திருப்பேன்" கொட்டாவி விட்டபடி சொன்னார் ஸாங் யே.

"தியோடரும், ரிச்சர்டும் தங்கள் உண்ணாவிரதத்தை முடித்துக்கொண்டதாக அறிவித்துவிட்டார்கள்."

"திரைப்படங்களில் கடைசி நேரத் திருப்பம் என்று சொல்வார்களே அப்படியாக இரண்டு வழக்குகளும் முடிந்துவிட்டன."

"அவர்களின் அறப்போராட்டம் ஒருவகையில் உங்களை அசைத்துவிட்டது."

"அது மறைமுகமான காரணமாக இருக்கலாம். ஆனால் சிங்கப்பூர் குற்றவியல் சட்டப்படி இரண்டுமே சரியான தீர்ப்புகள்தான். ஐநூறு கிராமுக்குக் குறைவான கஞ்சா அவர் கையில் பிடிபட்டதற்கு மட்டும்தான் நிரூபணம் இருக்கிறது. ஆகவே மரண தண்டனை விதிக்க முடியாது. ஐந்து லட்சம் டாலர் தொகையை ரிச்சர்ட் கட்டிவிட்டார். அதனால் லிம் யுன் பிரம்படியில் இருந்து தப்பிவிட்டார். இல்லையென்றால் அவருடைய புட்டம் பிய்ந்து, பாதி சதை கழன்றிருக்கும்."

“அந்தப் பென்சிலை இன்னொரு முறை பார்க்கலாமா. ஸாங் யே?”

“நிச்சயமாக” ஸாங் யே அந்த வெல்வெட் பெட்டியை எடுத்தார். அதிலிருந்த உறையை எடுத்துப் பிரித்தார் உள்ளே அந்த பென்சில் அதன் கடைசிப்பகுதியில் சிக்கி இருந்தது. அதனை வேகமாக வெளியே இழுத்தார். பென்சில் பட்டென்று வெளியே வந்து கீழே விழுந்தது. ஒரு கணம் அதிர்ச்சியில் உறைந்தார் ஸாங் யே. கீழே விழுந்த பென்சிலை விரல் நடுக்கத்துடன் கையில் எடுத்தார். அதன் கூர்மைப் பகுதி கூட உடையாமல் அப்படியே இருந்தது.

“வாவ் அமேசிங் அமேசிங்... ஆதித்தன் இதோட ஷார்ப் எப்படி இருக்கு பாருங்க. கொஞ்சம் கூட உடையலை. அந்த மனுஷன் மாதிரியே ஸ்ட்ராங்கா இருக்கு.”

அதனைக் கையில் வாங்கிப்பார்த்தார் ஆதித்தன். ஒரு கணம் எதுவும் பேசாமல் அமைதியாக அதையே பார்த்துக்கொண்டிருந்தார்.

காந்தியின் கூர் பென்சிலில் இல்லை ஸாங் யே.... அது அவருடைய கொள்கைகள்லே... உறுதியான நிலைப்பாட்டுல இருக்கு... இரண்டும் அத்தனை சீக்கிரம் உடையாது ஸாங் யே” என்றபோது ஆதித்தனின் கண்களில் இருந்து ஒருதுளி நீர் அவரையும் அறியாமல் வழிந்தது.

*(ஸீரோ டிகிரி இலக்கிய விருது 2023 சிறுகதைப் போட்டியில்
சிறந்த சிறுகதைகளில் ஒன்றாகத்
தேர்வு செய்யப்பட்ட சிறுகதை)*

பூதத்தாள்வார்

மீனம்பட்டி என்று இந்த ஊருக்கு ஏன் பெயர் வந்தது என்று திருமால் யோசித்துப் பார்த்தார். ஒன்றும் புரிபடவில்லை. வெளியில் எட்டிப் பார்த்தபொழுது மணி பத்தரைக்கே கானல் நீர் வெயிலில் மின்னுவது தெரிந்தது. ஏரியோ, குளமோ, குட்டையோ கூட இல்லாத ஊர் இது. தேங்கும் மழைநீர் கூட வெயிலுக்கு தாக்குப் பிடிக்க முடியாமல் காற்றில் ஆவியாகிப் பறந்துவிடும் அளவுக்கு, பேய் வெயிலடிக்கும் ஊர். வெயில் ஏற ஏற உடம்பின் வெப்பம் கூடும். மேலே படிந்திருக்கும் வெடி மருந்துக்கும் தரையில் குவிக்கப்பட்டிருக்கும் வெடி மருந்துக்கும் அவ்வளவாக ஆகாது. ஒரு சிறு பொறியின் சீற்றத்தில் பற்றிக்கொள்ளும் தீவிரத் துடிப்புடன் இருக்கும். அதற்குள் எத்தனை கிலோ மருந்தைக் கலக்க முடியுமோ அத்தனை கிலோ கலந்துவிட்டு வெளியேறிவிட வேண்டும்.

அவர்களது பூர்வீக வீடு, பூதப்பாண்டியில் இருந்தது. நாகர்கோவிலில் இருந்து பத்து கி.மீ. தூரத்தில் பூதப்பாண்டி இருக்கிறது தென்னையும் வாழையும் அந்த ஊருக்கு பச்சை வண்ணத்தையும், குளிர்ச்சியையும் ஏற்றி இருப்பது மேலே சில்லெனப் படும் காற்றில் உணர முடியும். பாட்டிவீடு பள்ளிக்கூடக் காலத்தில் விடுமுறைச் சரணாலயம். பெரியப்பா பிள்ளைகள், சித்தப்பா பிள்ளைகள் என வீடு அதகளமாக இருக்கும். எல்லாம் பத்துப் பனிரெண்டு வயதுவரைதான். அப்பா வேலைபார்த்த அரிசி ஆலை, முதலாளியின் குடும்ப வாரிசுகளின் சொத்துப் பிரச்சினை

காரணமாக மூடப்பட்ட பின்னர் வயிற்றுப்பாட்டுக்காக மீனம்பட்டிக்கு அவர்களது குடும்பம் இடம் பெயர்ந்தாயிற்று.

முன் நெற்றியில் வடியும் வியர்வையை, அருகில் வைத்திருந்த காகிதத்துண்டால் மிகக் கவனமாகத் துடைத்துக் கொண்டார். ஒரு சொட்டு வியர்வை நழுவி உதட்டின் மீது பட்டுவிட்டால் போச்சு... வெடி உப்பு, பொட்டாசியம் நைட்ரேட், 999 பவுடர் கலவை வாய்க்குள் போய்விடும். அவர் பார்க்கிற பிழைப்புக்குத் தாகமெடுத்தால் தண்ணீர் கூட குடிக்க முடியாது

தன்னுருவம் எப்படி இருக்கிறது என்று எதிரில் இருப்பவரைப் பார்த்துதான் தெரிந்துகொள்ள வேண்டும். எதிரே இடுப்பில் அவரைப்போலவே, அரைக்கால் சட்டையுடன் இருதயராஜ் குனிந்த தலை நிமிராமல் பவுடரைக் கலந்து தனியே பிரித்து வைத்துக்கொண்டிருந்தார். அவரது உடல் முழுக்க வெடிமருந்துக் கலவை அலுமினிய பெயின்ட் அடிக்கப்பட்டது போல வெண்ணிறத்தில் காட்சியளித்தது. கண்கள், உதடுகள் தவிர உடம்பின் சகல பாகமும் அலுமினியத்தூள் போர்த்தியிருந்தது. ஒரே இடத்தில்தான் வேலை என்றாலும் இந்தக் கெமிக்கல் ரூமில் ஒருவருக்கொருவர் பேசிக்கொள்ள முடியாது. வெடிக்கடைகளில் மிகவும் இளக்காரமாகக் கருதப்படும் பிஜிலி வெடிகளுக்குத்தான் கெமிக்கல் ரூமில் பெரும்பாடு படவேண்டும்.

கெமிக்கல் அறை. அளவில் பத்துக்கு பதினைந்துதான் இருக்கும். ஆனாலும் அந்த அறைக்கு நான்கு வாசல்கள். நான்கு கதவுகள். கதவுகளுக்குப் பக்கத்தில் அமர்ந்துதான் வெடிமருந்து கலக்கவேண்டும். அப்பொழுதுதான் ஏதேனும் அசம்பாவிதம் என்றால் எழுந்து அப்படியே ஓட வசதியாக இருக்கும். ஒவ்வொரு வெடி கம்பெனியிலும் வருடத்துக்கு ஒரு முறையோ அல்லது இரண்டு வருடத்துக்கு ஒரு முறையோ ஏதாவது விபத்து நடக்கும். சில சமயம் பொருள் சேதாரம் மட்டும் இருக்கும். சில சமயம் உயிர்ப்பலியும் நடக்கும்.

இருதயராஜின் மூக்கின் அருகே ஒரு வியர்வைக் கோடு நகர்ந்து உதட்டை நோக்கி விரைந்துகொண்டிருந்தது. வேலையின் மும்முரத்தில் கவனிக்காமல் இருதயராஜ் மருந்துக் கலவையில் கைகளை அளைந்து கொண்டிருந்தார். வாயைத் திறந்தால் பவுடரின் தூசி வாய்க்குள் போய்விடும். கைகளைத் தரையில்

வேகமாகத் தட்டினார் திருமால். நல்லவேளையாக நிமிர்ந்து பார்த்தார் இருதயராஜ். மூக்கின் அருகே கைவைத்து சைகை காட்டினார் திருமால். சட்டென காகிதத்துண்டை எடுத்து வேகமாகத் துடைத்தார் இருதயம். அப்பாடி என்று தலையை ஆட்டி மகிழ்ச்சியைப் புலப்படுத்தினார் திருமால்.

ஒரு ஊமையைப்போல சைகையில்தான் அங்கு ஒருவருக்கொருவர் பேசிக்கொள்ள முடியும். கண்களை அகலமாகக் கூட விரித்துப் பெருமகிழ்ச்சியை தெரிவிக்க முடியாது. தலையை ஒரு குறிப்பிட்ட வேகத்துக்கு மேலே ஆட்டவும் முடியாது. ஆனால் மிகக்கூரிய கேட்கும் திறன் இருக்கவேண்டும். சிறுபொறியின் ஒலியைக் கவனித்துக் கேட்டுவிட்டால் அசம்பாவிதம் எதுவும் நிகழ்வதற்குள் தப்பி ஓடிவிடலாம்.

அங்கிருக்கும் எட்டு மணிநேரமும் மனம்தான் அவர்களுக்கு உற்ற நண்பன். மனைவி பிள்ளைகளிடம் பேசுவதைக் காட்டிலும் அதிகம் மனதோடுதான் பேசி இருக்கிறார் திருமால். மனம் நகைச்சுவையாக எதையும் அசைபோட்டுவிடக்கூடாது என்பதால் இளமைக்காலத்தை நினைவில் கொண்டுவராமல் கவனமாக இருப்பார். அவரது இளமைக்காலம் கேலியும் கலாட்டாக்களும் நிரம்பியது. நினைத்துப் பார்த்தால் ஒவ்வொரு நிகழ்ச்சியும் குபீரெனச் சிரிக்க வைத்துவிடும்.

தன்னை அறியாமல் சிரித்துவிட்டால் உதடுகள் மூடும்போது வெடிமருந்தும் உள்ளே போய்விடும். மனம் குதூகலிக்கும் எந்த நிகழ்ச்சியும் மனக்கண்ணுக்கு வராமல் கவனமாகத் தடை செய்துவிடுவார் திருமால். கடனை எப்படி அடைப்பது.? வரும் தீபாவளிக்கு யாரிடம் கந்துவட்டிக்கு பணம் வாங்குவது என்று மிகவும் கவலையுடன் யோசித்துக் கொண்டிருப்பார். ஒரு தீர்வும் கிடைக்காது என்றாலும் புன்னகை போய்விடும் முகத்திலிருந்து...

வீட்டுக்கு மகளும், இரண்டு வயது பேத்தியும் இன்று மதியம் வருகிறார்கள். வள்ளியைக் கட்டிக்கொடுத்த காலத்தில் இருந்து சென்னைவாசி ஆகிவிட்டாள். மாப்பிள்ளைக்கு கிண்டியில் வேலை. எப்பொழுதோ ஒருமுறைதான் மகளையும் பேத்தியையும் பார்க்க முடியும். கடைசியாக, போன ஆகஸ்ட்டில் பார்த்தது. இப்பொழுது செப்டம்பர் மாதம். கிட்டத்தட்ட பதினொரு மாதம்

ஆகிவிட்டது. இன்று சனிக்கிழமை. வாரச்சம்பளத்தை முதலாளி போட்டுவிடுவார். அதிலெல்லாம் எப்பொழுதும் குறைவைப்பதே இல்லை தாணுமலை முதலாளி. அதனால்தான் வேறு கம்பெனிக்கு அத்தனை சுலபத்தில் இங்கிருந்து யாரும் போக மாட்டார்கள்.

வள்ளி வருகிறாள் என்பதால் இன்னிக்கு பெருமாளுக்கு தளியல் போடுவதாக ஜெயம் சொல்லி இருந்தாள். அரை நாள் லீவு போட்டுவிட்டு வர முடியுமா என்று எப்பொழுதும் கேட்கிற கேள்வியைக் கேட்டுவைத்தாள் ஜெயம். அவளுக்கே தெரியும் அது சாத்தியமில்லை என்று. எப்பொழுதும் சனிக்கிழமை மாலையில்தான் முதலாளி சம்பளக் கவருடன் வருவார். அதைவிட்டால் திங்கட்கிழமை மாலை ஆகிவிடும். வார தண்டல்காரன் ஞாயிற்றுக்கிழமை காலையிலேயே வீட்டுக்கு வந்து வாகனத்தின் ஒலியைக் காது கிழியும்படி அழுத்தி சப்தமிடுவான். அது அவனது தந்திரமிக்க பாவனை. பக்கத்தில் உள்ளவர்களுக்குத் தெரியும்படி ஒலிக்க வைத்தால் அவமானம் தாங்க முடியாமல் பணத்தைக் கொண்டுவந்து கொடுத்துவிடுவார்கள் என்றுதான் அவனது வாகனத்தின் பிளிறும் ஒலியை அலறச் செய்வான்.

“என்னிக்கு மத்தியான சாப்பாடு சாப்பிட்டேன் இன்னிக்குச் சாப்பிட....? வள்ளி வந்துட்டா புறம் நீங்க கும்பிடுங்க. ராத்திரிக்கு வந்து சாப்பிட்டுக்கறேன்” என்று சொல்லிவிட்டுத்தான் வேலைக்கு வந்திருந்தார் திருமால்.

மேலே ஒட்டியிருக்கும் வெடிமருந்தை சுத்தமாகக் கழுவவேண்டும் என்றால் தேங்காய் எண்ணெயை சலும்பர உடலில் தடவி சோப்புப் போட்டுத் தேய்த்துக் குளிக்க வேண்டும். நிர்வாகம் வேலைநேரம் முடிந்த பிறகு இரண்டையும் கொடுத்துவிடும். ஆனால் அதற்குப் பிறகு கெமிக்கல் அறைக்குள் அவர் அனுமதி இல்லை. அடுத்த செட் ஆள் வந்துவிடுவார். கம்பெனியில் அதிக சம்பளம் கெமிக்கல் ரூமில் மருந்து கலப்பவர்களுக்குத்தான். பாதிநாள் சம்பளம் போனால் கையைக் கடிக்கும் என்பதால் மதியம் சாப்பிட கெமிக்கல் அறையை விட்டு வெளியே வருவதில்லை.

தாகமெடுத்தால் தண்ணீர் குடிக்க வேண்டுமே என்பதற்காகத்தான் காலை உணவை காரமாகச் சாப்பிட மாட்டார் திருமால். பழைய சோற்றைக் கூட நீராகாரத்தை இறுத்து வெறும் சாதத்தை மட்டும்

உருட்டிச் சாப்பிட்டுவிட்டு வந்துவிடுவார். தண்ணீர் ஆகாரம் என்றால் அடிக்கடி ஒண்ணுக்குப் போகவேண்டும். தவிர்க்க முடியாத சமயத்தில் கைகளை மட்டும் எண்ணெய் மற்றும் சோப்புப் போட்டுக் கழுவிவிட்டுக் கழிவறை சென்று வருவார்.

ஞாயிற்றுக்கிழமையில் கூட மதியம் அவர் சாப்பிடுவதில்லை. எவ்வளவு வற்புறுத்தினாலும் “வேணாம் ஜெயம்... பழகிட்டா அப்புறம் கெமிக்கல் ரூமிலேயும் பசிக்க ஆரம்பிச்சிடும்” என்று மறுத்துவிடுவார். அவரைப் பொறுத்தவரையிலும் மதியம் மிஞ்சிய சாம்பார்தான் இரவு சாப்பிடும்போது அவர் ருசிக்கும் சாம்பாராக இருக்கும்.

பேத்திக்கு சோன்பப்டி கேக் என்றால் ரொம்பப் பிடிக்கும். வள்ளிக்கு சோளக்கதிர் என்றால் இஷ்டம். வேகவைத்துக் கொடுத்தால் நினைப்பு வரும்போதெல்லாம் அடுப்பங்கரைக்குப் போய்ச் சாப்பிடுவாள். மனதுக்குள் குறுகுறுப்பு நிரம்பி அவரது கண்களில் கொப்பளித்தது. ஆர்வம் மிகுதியாகி விரலால் வெடிமருந்து மீது–

‘இன்றைக்கு சம்பளம் உண்டுதானே?’ என்று எழுதிக் கேட்டார்.

பதிலுக்கு இருதயராஜ் ‘ஆமாம், ரவி லெதர் பையை எடுத்துக் கொண்டு கிளம்பிவிட்டார்’ என்று எழுதினார்.

அவர்களைப் பொறுத்தவரை அதுதான் சமிக்ஞை. மேனேஜர் ரவி சனிக்கிழமை காலை பெரிய லெதர் பையை எடுத்துக்கொண்டு கம்பெனி ஜீப்பில் கிளம்பிவிட்டால் அன்றைக்குச் சம்பளம் உறுதி. அதன் பிறகு ஊரிலிருந்து வரும் விருந்தாளிகள் தின்பண்டம் வாங்கி வருவார்களே என்று பிள்ளைகள் பார்த்துக்கொண்டு இருப்பது போல ஆவலோடு பையோடு வரும் ரவிக்காக வாசல்படியைப் பார்த்தபடியே வேலை செய்வார்கள். பெரும்பாலும் இது தவறுவதே இல்லை. மற்ற சில கம்பெனிகளில் திங்கட்கிழமையோ சமயத்தில் செவ்வாய்க்கிழமை வரை கூட தாமதமாகும்.

உடம்பெல்லாம் நமநமவென்று அரித்தது. ஆசை தீரச் சொறிந்தால், நகக்கண்களில் மருந்து ஏறிவிடும். அருகிலிருந்த காகித அடுக்கில் இருந்து இன்னொரு காகிதத்துண்டை எடுத்து அரிக்கிற இடத்தில் எல்லாம் தேய்த்தார் திருமால். மின்விசிறி போட முடியாத, ஆஸ்பெஸ்டாஸ் கூரை போட்ட அறை என்பதால் வெயிலின்

சூடு, உடம்பெங்கும் பரவி தோல் முழுக்க நெருப்பு பரவுவது போல எரிந்தது. வெளிக்காற்று வேகமாக வீசினால் கூட மருந்துத் தூள் பறக்க ஆரம்பித்துவிடும் என்று காற்று வராமல் இருக்க அறைக்கு எதிரே மறைப்புச் சுவர் உண்டு. இதில் எப்படி மின்விசிறி போடமுடியும்? மேனேஜர் ரவி அறையில் மட்டும் இரண்டு மின்விசிறிகள் உண்டு. ஒன்று தலைக்கு மேலே சுழலும் இன்னொன்று மேஜை மின்விசிறி.

கெமிக்கல் ரூமில் இருந்து வெளியே வந்து குளித்துவிட்டு, ஏதாவது சந்தேகம் கேட்பது போல ரவி ரூமில் சிறிது நேரம் நிற்பார் திருமால். அப்பொழுது கிடைக்கும் மின்விசிறியின் காற்று அமிர்தமாக இருக்கும்.

தண்ணீர் குடிக்காமல் இருந்து பழகியதில் காலைக்கடன் கழிப்பது இடுப்புக்குக் கீழே ஒரு யுத்தம் நடத்துவது போல இருக்கும். நல்லபடியாக வெளியே போய்விட்டால் அன்றைய தினம் பிரச்சினை இல்லாமல் போய்விடும் என்று நினைத்துக்கொள்வார் திருமால். வேலை முடிந்ததும் நிர்வாகத்தில் வாழைப்பழங்களைத் தருவார்கள். உடல் வெப்பத்தைத் தணிக்கத்தான் என்றாலும் வயிற்றுப் பிரச்சினைகளும் இல்லாமல் இருக்கும். ஆனால் எத்தனை நாள்தான் இப்படி தண்ணீர் குடிக்காமல் பகல் பொழுதைக் கழிப்பது?

“திருமால்” என்ற அழகரின் குரல் கேட்டது. வாசல்படி தாண்டி உள்ளே வரமாட்டார்கள். எட்டி நின்றே குரல் கொடுப்பார்கள். மருந்தின்நெடி பழக்கம் இல்லாத சிலருக்கு மூச்சடைக்கும்.

திருமால் எழுந்து காகிதத் துண்டுகளில் கைகளைத் துடைத்துக் கொண்டு வெளியே வந்தார்.

“உன் பொண்ணு ஊரிலேர்ந்து வந்திருக்காம். ஊர்லேர்ந்து வந்து இறங்கி வீட்டுக்கு உள்ள போன உடனே உங்க சம்பந்தியோட அண்ணார் காஞ்சிபுரத்துல இறந்துட்டதா தகவல் வந்திருக்கு. அதான் அவங்க உடனே கௌம்பறாங்களாம். உன்கிட்ட சொல்லச் சொல்றாங்க.”

- இப்ப அவங்க எங்க?- என்பது போல சைகை காட்டிக் கேட்டார் திருமால்.

“ஆபீஸ் ரூம்ல இருக்காங்க... ஆட்டோ வெயிட்டிங்-ல இருக்கு. உங்க சம்சாரம் கூட வந்திருக்காங்க... ரெண்டரை மணி பஸ்சுக்கு வரச்சொல்லித் தகவலாம். காஞ்சிபுரத்திலேர்ந்து பதினஞ்சு கிலோமீட்டர் உள்ளே போகணுமாம். அவங்க சொந்தக்காரவங்க அங்க வந்து கூட்டிக்கிறதா போன் பண்ணியிருக்காங்க. அதனால அவசரமா கிளம்பறேன்னு சொல்றாங்க.”

-குளிச்சிட்டு வந்துடறேன்னு சொல்லுங்க- என்று ஜாடை காட்டினார்.

“என்னப்பா பேசறே சிவகாசியிலேர்ந்து காஞ்சிபுரம் பஸ் ரெண்டரை மணிக்கு இப்பவே மணி ஒண்ணே முக்கால். இங்கேர்ந்து சிவகாசிக்குப் போக ஆட்டோதான்னாலும் எப்படியும் கால் மணி நேரம் ஆகும். அவங்க காலுல வென்னித்தண்ணி ஊத்துனாப்புல நிக்கறாங்க... இப்ப நீ குளிக்க ஆரம்பிச்சா மருந்தெல்லாம் போக ஒரு மணிநேரம் ஆயிடும்.”

-உள்ளே வரச் சொல்லுங்களேன் குழந்தையைப் பாக்கணும்-’

“கைக்குழந்தையா இருக்கு. மருந்து வாடையிலே நமக்கே நிக்க முடியலை. உனக்கு என்ன கிறுக்குப் பிடிச்சிருக்கா?

அந்த அறைக்கு வெளியே இருந்த சுற்றுச் சுவர் தாண்டி வெளியே வந்து நின்று பார்த்தார். பட்டாசு ஆலையின் கம்பிவேலிக்கு வெளியே மண்சாலை தெளிவாகத் தெரிந்தது. அந்தச் சாலையைக் காட்டி அங்கே வரச் சொன்னார் திருமால். அழகர் அவசரமாக அலுவலக அறை நோக்கி நடந்தார். ரவி வெளியே சென்றிருந்தால், எல்லாவற்றுக்கும் அழகர்தான் பொறுப்பு... சுற்றுச் சுவரில் ஒரு காந்தக்கல் பதிக்கப்பட்டிருக்கும். அறைக்குள் வரும்முன் அதில் சிறிது நேரம் கைகளை வைத்துக் கொண்டு நின்றால். மனம் அமைதி கொள்ளும். உடல் வெப்பம் குறையும்.

இரண்டு நிமிடத்தில் ஆட்டோ அந்தச் சாலையில் வந்து நின்றது. திருமால் வேலியை நோக்கி நடந்து சென்றார். ஆட்டோவிலிருந்து ஜெயலட்சுமிதான் முதலில் இறங்கினாள். உள்ளிருந்து எட்டிப்பார்த்த வள்ளி தனியாகத் தயக்கத்துடன் இறங்கினாள்.

-‘குழந்தை எங்கம்மா? -சைகை

அதன்பிறகுதான் வள்ளி, குழந்தையை ஆட்டோவிலிருந்து வெளியே தூக்கி வந்தாள்.

“நேரமாச்சுப்பா பஸ்-சை விட்டா அப்புறம் ரொம்ப லேட்டாயிடும். எங்க நாத்தனார் காஞ்சிபுரம் பஸ் ஸ்டாண்ட்ல வந்து கூப்பிட்டுக்கறேன்னு சொல்லி இருக்காங்க. இதுக்கே பாதி ராத்திரி ஆயிடும் தனியா போகணும்லே.”

-ஆமா சென்னையிலேர்ந்து தனியாத்தான் அனுப்பறாங்க.... எப்பக் கேட்டாலும் மாப்பிள்ளைக்கு லீவு இல்லைன்னு சொல்றே- என்று நினைத்துக் கொண்டார். சொல்ல முடியவில்லை.

ஜெயலட்சுமியைப் பார்த்து - தளியல் போட்டாச்சா- என்று சாமி கும்பிடுவது போல சைகை காட்டினார்.

“எங்க போடறது உள்ளே நுழையும்போதே சாவு சேதி.... போன் வந்ததிலேர்ந்து பறக்குறா. எனக்கு பாதி சமையல்தான் முடிஞ்சுது. மோர் போட்டு சாப்புட்டுட்டு கிளம்பியாச்சு. அடுத்த வாரம் பாத்துக்கலாம். அதான் பூதத்தாள்வார் உங்களைப் பார்த்தாச்சே.”

இத்தனை வருட தாம்பத்தியத்தில் ஒருமுறை கூட ஜெயலட்சுமி ஆலைக்கு வந்ததுமில்லை. இந்தக் கோலத்தில் பார்த்ததுமில்லை. அவள் கண்களில் ஓரம் நீர்த்துளி போலத் தெரிந்தது. அழுதாளா? இல்லை வியர்வைத்துளியா என்று புரியவில்லை.

பேத்தி, வள்ளியின் தோளில் படுத்து அந்தப் பக்கம் தலையை வைத்திருந்தாள். அவள் தலையைத் தன் இரு கைகளாலும் வள்ளி அழுத்திப் பிடித்திருந்தது போல இருந்தது.

-பிள்ளையைத் திருப்பி முகத்தை காமிம்மா-

“இல்லைப்பா தெருவிலே ஒருமுறை இது மாதிரி உடம்பு எல்லாம் பவுடர் பூசி, வேஷம் போட்டுட்டு ஒரு பூம் பூம் மாட்டுக்காரன் வந்தான். அவனைப் பார்த்துட்டு ஒரே அழுகை. அன்னிக்கு ராத்திரி ஜுரம் வந்துடுச்சுப்பா... இப்படி உன்னைப் பார்த்தா பயந்துடப்போறா... உடம்புக்கு வந்துட்டா அப்புறம் நான்தான் கஷ்டப்படணும்.”

ஒரு கணம் தன்னுடலைத் தானே முழுமையாகப் பார்த்தார். வெயில் தாங்காமல் வியர்வை ஆறாகப் பெருகி உடலெங்கும்

நீர்க்கோடுகள் இறங்கின. நெற்றி வியர்வையைத் துடைக்கவும் மறந்து வள்ளியையே பார்த்தார்.

“நீ காஞ்சிபுரம் எல்லாம் வரவேணாம்பா... மாமனாருக்கு ஒண்ணுவிட்ட அண்ணன்தான். எதாச்சும் செய்யணும்னா நானே செஞ்சுக்கறேன். அப்ப கிளம்பட்டுமா?”

தொண்டைக்குள் திரண்டு வந்த துக்கத்தை எச்சில் கூட்டி விழுங்கி அடக்கினார். வாய்விட்டு அழுதால் கண்ணீர் திரண்டு வந்து உதடுகளுக்குள் நிரம்பிவிடும் என்று அஞ்சி ஜடம் மாதிரி நின்றுகொண்டிருந்தார். அவரது தவிப்பைக் கவனிக்கவும் நேரமின்றிச் சட்டென ஆட்டோவுக்குள் ஏறினாள் வள்ளி. மிகுந்த தயக்கத்துடன் பின்னால் சென்று ஏறிக்கொண்டாள் ஜெயலட்சுமி.

மீண்டும் ஒருமுறை தன்னுடலை முழுவதுமாகப் பார்த்தார். வெடிக்காமலே அதன் வீரியம் பரவி சத்தமில்லாமலே புகைந்தது போல இருந்தது. சுற்றுச் சுவரில் பதிக்கப்பட்டிருந்த காந்தக்கல்லின் மீது கைகளை ஊன்றியபடி அப்படியே நின்றார். உடலின் வெப்பம் குறைவதாகத் தெரியவில்லை.

“குளிக்கறியா இல்லை அப்படியே சரவெடிக்குத் திரி கிள்ளி வச்சிடறியா?” அழகர்.

எதற்காகவும் சிரிக்காமல் எந்தத் துக்கத்துக்காகவும் அழாமல் மனதின் உரையாடல்களோடு வாழும் ஞானத்தை வெடிமருந்து கற்றுத் தந்திருப்பதாகவே உணர்ந்தார் திருமால்.

மிச்ச நேரத்தை வீணடிக்க விரும்பாமல் சரவெடிகளுக்கான வட்டுக்களை எடுத்துத் திரிகளை வைக்கத் தொடங்கினார்.

(ரியாத் தமிழ்ச் சங்கம் நடத்திய சிறுகதைப் போட்டியில் சிறப்புப் பரிசு பெற்ற சிறுகதை.

நன்றி : கண்ணாமூச்சி இதழ்)

தொக்கம்

ஆச்சி இப்படி மூக்கையா வீட்டுத் திண்ணை வரைக்கும் இழுத்துக் கொண்டு வரும் என்று தங்கப்பாண்டி கொஞ்சம் கூட நினைக்கவில்லை. ஆனால் ஆச்சிக்கு பாசம் எவ்வளவு அதிகமோ அதைவிட பிடிவாதம் ரொம்ப அதிகம். ஆச்சியின் காதுகளில் தொங்கிக்கொண்டிருந்த தண்டட்டி வெயிலின் விரல்கள் பட்டு மின்னலை விசிறிக்கொண்டிருந்தது. தங்கப்பாண்டி பக்கம் திரும்பி, "கொஞ்சம் பொறுத்துக்க ராசா கூட்டம் கொறைஞ்சிகிட்டே இருக்கு... பாத்துடலாம்" என்று தன் கரடு பாய்ந்த கரங்களால் அவனை வருடினாள். முள்வேலியில் ஒரு துணுக்கு எடுத்து உடலில் வருடுவது போல இருந்தது. ஆனால், அது தங்கப்பாண்டிக்கு எப்பொழுதும் சுகமான வருடல். அரித்த இடத்தில் சொறிவது போல... ஆச்சியின் பாசம் கொஞ்சம் வன்மையானது. ஆனால், தப்பவே விரும்பாத அன்பின் வலை ஆச்சியுடையது. இந்த வயதிலும் தங்கப்பாண்டிக்குப் பிடித்தமான தின்பண்டங்களை வக்கணையாகச் செய்து தருவாள். அப்பாவின் கோபம் அதி பயங்கரமானது. அவர் தாண்டவமாடும்போதெல்லாம் ஆச்சிதான் அவரோடு மல்லுக்கட்டுவாள். தாயில்லாப் பிள்ளை என்று எல்லாவற்றிலும் ஆச்சியின் செல்லம் அதிகம்.

"எனக்கு ஒண்ணுமில்லே ஆச்சி சொன்னா கேக்க....." முடிப்பதற்குள் வயிற்றிலிருந்து ஏதோ ஒன்று உருண்டு வாய் வரை வந்தது போல ஓமட்டியது. ஒவ்வே என்று அவனையறியாமல் குரல் கொடுத்தான்.

“பாத்தியா ஒண்ணுமில்லை ஒண்ணுமில்லைன்றே இப்படி ஓமட்டறே” பதறிப்போய் எழுந்து அவன் தலையைப் பிடித்துக்கொண்டாள்... தங்கப்பாண்டிக்குத் தலைச்சுற்றியது. இரண்டு நாட்களாகச் சரியான ஆகாரமில்லாமல் கிறக்கமாக இருந்தது...

“வுடு ஆச்சி எனக்கு ஒண்ணுமில்லை... நீயும்தான் காலையிலேர்ந்து எதுவும் சாப்புடலை. ரெண்டு நாளா பசியே இல்லைன்றே அப்ப ஒன் வயித்துலேயும் யாரோ மருந்து வச்சிட்டாங்களா...? ஒனக்கும் தொக்கம் பாத்துரலாமா?”

“இப்படி ஏகடியம் பேசக்கூடாது... நா கெழ மட்டை. நீ எளங்குருத்து ரெண்டும் ஒண்ணு ஆவுமா?...செத்த பேசாம இரு கண்ணு... மூக்கையன் கில்லாடி எப்பேர்ப்பட்ட கல்லு, மருந்து, மாயம்னாலும் ஊதி எடுத்துடுவான். இருவது வருசமா சுத்துப்பட்டு கிராமத்துல இருக்கற சனம் பூரா அவனாலதான் நடமாடிக்கிட்டு இருக்கு... கெட்டிக்காரன்.”

“ஏன் ஆச்சி வசியம் பண்ணுன மருந்தையும் எடுத்துருவாரா” என்று பக்கத்தில் அமர்ந்திருந்த நடுத்தர வயது அம்மணி கேட்டாள்.

“அவன் கிங்கரன் வசியம் மட்டுமா? செய்வினை, பில்லி, சூனியம் எதுவா இருந்தாலும் ஒன் கண்ணுக்கு முன்னால கொண்டு வந்து நிறுத்துவான். உசிலம்பட்டி லச்சாதிவதி லட்சுமண செட்டிக்கு எவனோ நைசா சோத்துல வைரக்கல்லை வச்சிக் குடுத்துருக்கான். செட்டி சரியான நேரத்துல இங்கிட்டு வந்துட்டாரு. கரைஞ்சிருந்தா செட்டி பரலோகம்தான். தம்மாத்துண்டு குழாயி அத வாயில வச்சி ஊதி எடுத்துட்டான். எமன் ஏமாந்து போயி கொல்லைப்பக்கமா எருமையை ஓட்டிக்கிட்டு ஓடியே போயிட்டான்னு ஊரு பூரா பேச்சு.”

அவ்வளவுதான் ஆச்சியைச் சுற்றிலும் வைத்தியரைப் பார்க்கக் காத்திருந்த கூட்டம் காதுகளை வசதியாகத் திருப்பிக்கொண்டு அவள் பக்கம் நகர்ந்தது. கேட்பதற்கு ஆள் இருந்தால் ஆச்சியின் சொற்களுக்கு ஒவ்வொரு உறுப்பாக மெல்ல முளைக்கும். சிறகுகளும் கிளைக்கும். அவ்வளவுதான் அசந்த நேரத்தில் எல்லோரது கண்ணெதிரிலேயே வார்த்தைகள் ‘விருக்’கென்று விண்ணில் பறக்கும்.

"மெய்யாலுமா?"

"அட இப்ப உக்காந்திருக்கிறியே இம்மாம் பெரிய வீடு... இந்தத் திண்ணை... ஏதுங்கறே? எல்லாம் உசிலம்பட்டி செட்டியாரு கட்டிக்குடுத்தது. சும்மாவா? பல லட்சம் கோடிக்கு அதிபதி... உசுரு போனா பொட்டிக்கடையில வாங்கிற முடியுமா?"

"அதுக்கும் முன்னால?"

"மூக்கையனுக்கு வீடு ஏது? வேப்பமரத்தடியில உக்காந்து கிளி சோசியன் மாதிரி தொக்கம் பார்த்துக்கிட்டு இருந்தான். உள்ளூரு சனத்துக்கு அவன் அருமை அப்ப தெரியலை. வண்டி கட்டிக்கிட்டு மருதையில் இருந்து சாரி சாரியா வந்து வவுத்துவலி, வெனை வெச்சிட்டாங்க, சூனியம் வெச்சிட்டாங்கன்னு சனம் குவியுது... அப்பறமில்லை டிகிரி ஏறிப்போச்சு மூக்கையனுக்கு."

"அந்த ஆளுக்குக் காலு வெளங்கலைன்னு எங்க ஊரு பக்கம் பேசிக்கிட்டாங்க."

'உஷ்' என்று வாயில் விரல் வைத்துச் சத்தத்தைக் குறைக்கச் சொன்னாள் ஆச்சி.

பிறகு ரகசியக்குரலில், "அது ஒரு ஆக்சிடெண்ட். ரெண்டு காலு மேலேயும் வண்டி ஏறிப்போச்சு. அதுலதான் வேப்பமரமே கெதியா கெடந்தான். காலுக்கு வைத்தியம் பண்ணப்போன எடத்துலதான் தொக்கம் எடுக்கக் கத்துக்கிட்டான்னு பேச்சு... ஒண்ணு போச்சுன்னா ஒண்ணு வரும்னு சொல்லுவாங்கல்லே."

"கொஞ்சம் பேசாம இருங்கம்மா... சும்மா தொணதொணன்னுகிட்டு..." என்று அதட்டினான் மூக்கையாவின் உதவியாளர் ஒருவன். மூக்கையாவுக்கு ஆறு உதவியாளர்கள். எல்லோரும் முரட்டுத்தனமாகத்தான் இருப்பார்கள். அவர்களைப் பார்க்கும்போதே அச்சமாகத்தான் இருந்தது தங்கப்பாண்டிக்கு... மூக்கையாவைப் பார்க்கப் போகும் முன் அவர்கள்தாம் சில கேள்விகள் கேட்பார்கள். அவர்களை எதிர்கொள்வதே பெரும் சவாலாகத்தான் இருக்கும் என்று ஹரிகிருஷ்ணன் பயமுறுத்தி இருந்தான். போதாததற்குப் பக்கத்து வீட்டு வேலுச்சாமி வேறு, 'மூக்கையனிடம் எதுவும் தப்பாது. கிடுக்கிப்பிடி போட்டு கண்டுபிடித்துவிடுவான்' என்று ஏகத்துக்கும் திகிலேற்றி இருந்தான்.

எல்லாம் இந்த மாணிக்கம் பயலால் வந்த வினை. அவன்தான் ஒண்ணும் ஆகாதுன்னு பழக்கத்தைத் தொற்ற வைத்தான். இரண்டு நாட்களாக வயிற்றைப் புரட்டிக்கொண்டு வாந்தி..... இன்னொரு பக்கம் செடிக்குத் தண்ணீர் ஊற்றும் பூவாளி கணக்காக வயிறு பிடுங்கி அடித்தது. வாயில் எதையும் வைக்க முடியவில்லை. அப்பாவை நினைத்தால் இன்னும் நடுங்கியது. ஒருமுறை பள்ளிக்கூடத்துக்கு டிமிக்கி கொடுத்துவிட்டு, சினிமாவுக்குப் போனதை யாரோ அவரிடம் போட்டுக்கொடுத்துவிட காட்டாமாணிக் குச்சியை எடுத்து விளாசித் தள்ளிவிட்டார் அதுவும் மாணிக்கம் பயலால வந்த வினைதான். அவனோடு பழகுவதற்கும் முன் இப்படி எல்லாம் துணிச்சல் வந்ததில்லை... ஆனால் அவனிடமிருந்து தப்ப முடியாது ஒரேஒரு வறுத்த மணிலாப் பயறை ருசித்துவிட்டால், அடுத்த கணமே மணிலாப் பயறு நிரம்பிய தட்டை விரல்கள் எப்படித் தேடுமோ அப்படி அவனைத் தேடத் தொடங்கிவிடும் மனம்.

மாணிக்கம்தான் முதன்முதலில் அந்த மாதிரி படங்கள் நிறைந்த புத்தகத்தை யாருக்கும் தெரியாமல் வகுப்பில் எடுத்து வந்து அரைகுறையாகக் காட்டினான். மிச்சத்தை மணியக்காரர் தென்னந்தோப்பில் காட்டுகிறேன் என்று ஆசைகாட்டி, பள்ளி முடிந்ததும் அங்கு அழைத்துச் சென்றான். தென்னந்தோப்பு காய்ப்பு இல்லாத காலங்களில் மதிய நேரத்தில் கூட பயமாக இருக்கும். அந்தி சாயும் நேரம் என்றால் லேசாக வீசும் காற்று கூட காதருகே வந்து அச்சுறுத்தும். ஆனால், இம்மாதிரி தோப்புதான் எல்லா குஜாலுக்கும் ஏற்ற இடம் என்று கண்ணடித்துச் சொல்லுவான் மாணிக்கம். புத்தகத்தை அத்தனை சுலபத்தில் பிரித்துக் காண்பித்துவிட மாட்டான். ஏகத்துக்கும் ஆட்டம் காட்டுவான்.

“சீக்கிரம் காமிடா.... லேட்டா போனா அப்பா, தோலை உறிச்சித் தொங்கவுட்டுருவாரு.”

“போடா பயந்தாங்கொள்ளி... இப்படி இருந்தா ஒண்ணையும் அனுபவிக்க முடியாது. ஸ்பெஷல் க்ளாஸ்... ஹோம் வொர்க் அப்படின்னு அட்சி விடணும்.”

“சரிடா... சரிடா சீக்கிரம் காமி” என்று அவசரப்படுத்தினான் தங்கப்பாண்டி.

ஒவ்வொரு பக்கமாக மெதுவாகப் புரட்டிக் காண்பித்தான்.

"என்ன டென்ஷன் ஆவுதா?"

"ஆமாடா."

"இந்தா இதைப் பத்த வச்சு ரெண்டு இழுப்பு இழு... எல்லா டென்ஷனும் பறந்துடும்" என்று பையில் இருந்து சிகரெட் பாக்கெட்டை எடுத்து நீட்டினான்.

"என்னடா இது பொசுக்குன்னு நீட்டறே. இதெல்லாம் வேணாம்... எங்கப்பா காதுக்குப் போச்சு கொடலை உருவி மாட்டுக்கொட்டாயில மாலையா மாட்டிருவாரு."

"சுத்த வெண்ணெயா இருக்கே... ஒங்கப்பாரு காதுலயா ஊதப்போறே? எவன் பாக்குறான் இங்க? ஒருத்தனும் வரமாட்டான்... சும்மா பத்த வை மாப்ளே. பயமெல்லாம் பஞ்சா பறந்துடும்."

சொன்னதோடு அல்லாமல் தானே பற்றவைத்து அவன் வாயில் செருகினான். இருமல் தொண்டை எல்லாம் பரவி உணவுக்குழாயில் நிரம்பிப் புகைந்தது.

"கர்மம் எப்படிடா குடிக்கறே இதை... ஒரு மண்ணும் இல்லை. எதுக்குடா குடிக்கறே?"

"உலகமே அதைக் கண்டுபிடிக்கிறதுக்காகத்தான் இன்னும் புகைச்சிக்கிட்டு இருக்குது. இதுவரைக்கும் யாரும் கண்டுபிடிக்கலை... ஆனா மாப்ளே ஒரு கெத்து வரும் பாரு."

இரண்டாவது சிகரெட்டை இருமல் வராமல் குடிப்பதே பெரும்பாடாக இருந்தது.

"இப்பதாண்டா நீ ஆம்பளை... குத்துக்காலு போட்டு உக்காராம அப்படி அசால்ட்டா கால் மேல கால் போட்டுக்கிட்டு குடிச்சுப்பாரேன் ஒரு தெனாவெட்டு வரும் பாரு."

மாணிக்கம் சொல்லும்போது திரையின் அபிமான கதாநாயகர்களெல்லாம் கண்முன் வந்து போனார்கள்... அப்பாவின் முகம் மறைந்து போனது.

வாரத்தில் இரண்டொரு நாட்கள் இப்படியாகத் தோப்பில் கழிந்தது. பேசிப் பேசியே ஹரியையும் ஒருநாள் அழைத்து வந்துவிட்டான் மாணிக்கம்.

“இவனை ஏண்டா கூட்டிட்டு வந்தே... இவன்கிட்டதாண்டா சமயத்துல எங்கப்பா என்னையப்பத்தித் துப்பு ஆராய்வாரு... அப்படியே போட்டுக் குடுத்துடுவான்டா” ரகசியக்குரலில் மாணிக்கத்திடம் சொன்னான் தங்கப்பாண்டி.

“அதுலதான் நம்ம ராஜதந்திரமே இருக்கு... நாம ஒரு தப்பு பண்றோம்னா எவன் நமக்கு ஆப்பு வைப்பான்னு நெனைக்கறமோ அவனையும் கூட்டுல சேர்த்துக்கணும். அப்பதான் போட்டுத்தள்ள மாட்டான். அப்புறம் சிகரெட்டை ஒருத்தனா வாங்கிக் கட்டுப்படியாவலை மாப்ளே. ரெண்டு பேரைப் பழக்கிவிட்டாத்தானே ஓசியில நாலு வாங்கிக் குடிக்கமுடியும்” என்று விகாரமாகச் சிரித்தான் மாணிக்கம்.

அடப்பாவி என்று அவனை ஒருகணம் திரும்பிப் பார்த்தான்.

“சரி சரி மொறைக்காதே எங்க சித்தப்பா சிங்கப்பூர் போயிட்டு போன வாரம்தான் வந்தாரு. அவரு நாலு பெர்ஃப்யூம் பாட்டில் எடுத்து வந்தாரு. இந்தா உனக்கு ஒண்ணு” இப்படித்தான் அவன் மீது கோபம் வரும்போதெல்லாம் எப்படியாவது நைச்சியம் பண்ணிவிடுவான்.

“டேய் பாட்டிலே செமையா இருக்கு.”

“அதான் சிங்கப்பூரு... அவர்கிட்டேர்ந்து ஒரு சிங்கப்பூர் சிகரெட் பாக்கெட்டை லவட்டிட்டேன்.” என்று தன் சட்டைப்பையில் இருந்து அழகான சிகரெட் பெட்டியை எடுத்தான்.

“டேய் இதெல்லாம் ரொம்ப தப்பு.”

“இதை எல்லாம் வாங்கிக் குடிக்கணும்னா ஃப்ளைட் ஏறி சிங்கப்பூர்தான் போகணும். கையில கெடைச்ச தங்கத்தைத் தவற விடலாமா?” சிகரெட்டை வெளியில் எடுத்து பெட்டியின் மீது தட்டிக் காண்பித்தான்.

ஒரு கண்ணை மூடிக்கொண்டு, “என்ன வேணுமா? வேணாம்னா பரவாயில்லை ஹரி அங்க நாக்கைத் தட்டிக்கிட்டு உக்காந்திருக்கான். நாளைக்கு வெற்றி தியேட்டர்ல மேட்னி டிக்கெட், ஐஸ்க்ரீம் எல்லாம் வாங்கித் தர்ரீயான்னு கேட்டேன் ஓகேன்னு சொல்லிட்டான். அதனால அவனுக்குக்கூட ரெண்டு சிகரெட்” என்று கால்களை ஆட்டிக்கொண்டு கேட்டான்.

இந்திய சிகரெட்டுகள் வெள்ளையாகவே பார்த்துப்பழகிய தங்கப்பாண்டி, அது காப்பித்தூள் நிறத்தில் மெலிதாக இருந்தது பார்க்கக் கவர்ச்சியாக இருந்தது.

"சரி குடு."

"இந்தா இப்ப உனக்கும் திருட்டுல பங்கு உண்டு வச்சுக்க."

"என்னடா சொல்றே?"

"என்ன நொன்னடா சினிமாவுல எல்லாம் பார்த்ததில்லே... ப்ளான் போடறவன் ஒருத்தன். லவட்டறவன் ஒருத்தன். அப்படித்தான்.. இதுவும்.... சரி சரி ரொம்ப டெர்ரர் ஆகாதே. மேட்னி முடிச்சிட்டு மீனாட்சி பவன்ல டிபன் வாங்கிக் குடுத்துடு என்ன சரியா?" என்றபடி அந்த சிகரெட்டைக் கையில் கொடுத்தான்.

மூக்கையா வீட்டுத் திண்ணையில் முதல் கட்ட விசாரணை நடக்கும். அதில் வியாதி, ஊர், வருட வருமானம் வாகன வசதி எல்லாவற்றையும் கேட்பார்கள். அதன் பிறகு உப்பும் சர்க்கரையும் கலந்த தண்ணீர், எலுமிச்சைச் சாறு, துளசித் தண்ணி, பழச்சாறு, மோர் என்று ஆளுக்குத் தகுந்தாற்போலத் தருவார்கள். கையில் வாங்கிச் சென்ற வெற்றிலை பாக்கு வாழைப்பழம், பூ இவற்றை வைத்து சூடம் ஏற்றிக் கும்பிடவேண்டும். அதன் பிறகே மூக்கையாவின் தரிசனம் கிடைக்கும். 500 ரூபாய் தட்சிணை வைத்தபிறகு மூக்கைய்யா ஒரு ஜாண் அளவு குழாயை எடுத்து ஒரு முனையைத் தன் வாயில் வைத்துக்கொண்டு மறுமுனையை நோயாளியின் வாயில் வைத்து உறிஞ்சுவது போலச் செய்வார். பிறகு தன் வாய்க்கு வந்துவிட்ட சிறு கல், சிறு தகடு, கயிறு, தலைமுடி என்று எடுத்து "இனி சரியாகிவிடும்" என்பார். ஒரு சிலருக்கு ஒரே நாளில் இரண்டு மூன்று முறை எடுப்பார்... சிலரை இரண்டொரு நாள் வரச்சொல்வார். இதற்குப் பெயர்தான் தொக்கம் எடுத்தல், வெளியூரிலிருந்துதான் அதிகக் கூட்டம் வரும். மூக்கையாவால் ஊருக்குள் தேநீர்க்கடை, பெட்டிக்கடை, சிறிய உணவு விடுதி என புதிது புதிதாகக் கடைகள் தோன்றின.

ஹரிகிருஷ்ணன் எப்படியோ மோப்பம் பிடித்துக்கொண்டு தங்கப்பாண்டியைத் தேடி மூக்கையா வீட்டுக்கே வந்துவிட்டான். ஆதரவாக அமர்வது போல தங்கப்பாண்டியின் பக்கத்தில்

உட்கார்ந்தான். பிறகு மெல்லிய குரலில் "மாணிக்கம் உடம்பு ரொம்ப கெடுபிடியா இருக்காம். டவுன் ஆஸ்பத்திரியில சேர்த்திருக்காங்க... குளுக்கோஸ் ஏத்துறாங்களாம்."

"சும்மா இருடா நானே குடலு புடுங்கி, கொத்தவரங்கா மாதிரி கெடக்கேன் நீ வேற பேதியைக் கௌப்புறே... மூக்கையா கண்டுபிடிச்சிடுவாராடா?"

"அந்த ஆளு எம்டன்டா வயித்துல எது கெடந்தாலும் ஊதியே எடுத்துடுவாராம். எங்க அப்புச்சி சொன்னிச்சு... அவந்தான் குடுத்தான்னு நீ ஏண்டா கஞ்சா அடிச்சே?"

"டேய் யோக்கியம் வாயை மூடு... அன்னிக்கு நீ ஸ்கூலுக்கு வரலை... ஒன் மாமன் வூட்டுக் கல்யாணம்னு ஒன்னை ஊருக்குக் கூட்டிட்டுப் போயிட்டாங்க. அதனால தப்பிச்சே. இல்லைன்னா இன்னிக்கு ஆசுவத்திரியிலோ இல்லை எங்கூட வயித்தைப் புடிச்சுக்கிட்டோ கவுந்து கெடந்திருப்பே. என்னமோ காந்திக்குக் கொள்ளுப் பேரன் மாதிரி பேசறாரு."

"போன மாசம் திருமங்கலத்துலேர்ந்து ஓர்த்தன் வந்திருக்கான். உள்ளேர்ந்து கஞ்சாப் பொடியை உறிஞ்சி எடுத்து அவன் கையிலேயே குடுத்துட்டாராம்."

"எட்டி ஒதைச்சேன்னு எட்டு ஊரு தாண்டி வுழுவே... மவனே நானே கிலியில கெடக்கேன்... இன்னும் ஊதிக்கிட்டே இருக்கே... வாயைக் கழுவுடா மொதல்லே."

அந்த நேரம், "தம்பி நீ உள்ள போகலாம்... சவுந்தரபாண்டி மவந்தானே நீனு" என்று கேட்டான் மூக்கையாவின் உதவியாளர். எப்படியோ அடையாளம் கண்டுபிடிச்சிடறாங்க என்று மனதுக்குள் சலித்தபடி ஆச்சியை அழைத்துக்கொண்டு உள்ளே சென்றான்.

மூக்கையா மேலே சட்டை எதுவும் அணியாமல் பெரிய மெத்தை ஒன்றில் அமர்ந்திருந்தார். மழுங்கடிக்கப்பட்ட முகம், நெற்றியின் இந்தப் புறத்திலிருந்து அந்தப் புறம்வரை திருநீறு பட்டையாகப் பூசப்பட்டிருந்தது. கருத்த பெருத்த உடலுக்குப் பொருத்தமில்லாமல் இரண்டு கால்களும் மெலிந்து இருந்தன. மூக்கையாவை வெளியில் அதிகம் பார்க்கமுடியாது. எப்பொழுதாவது வெளியில் வந்தாலும் காரில் செல்வதுதான் அவர் வழக்கம்.

அருகில் அழைத்து, "என்ன பிரச்சினை?" என்றார்.

"புள்ளை ரெண்டு நாளா எதுவும் சாப்பிடலை அய்யா... எதைத் தின்னாலும் ஒரே வாந்தி... இல்லைன்னா நோவு கண்ட ஆடு மாதிரி கழியுது... புள்ளை தொவண்டு போச்சு அய்யா."

"சரி வாயைத் தொற தம்பி."

அச்சத்துடன் வாயைத் திறந்தான். அருகில் வந்து உற்றுப்பார்த்தார். இமைகளைப் பெரிதாக்கிக் கண்களைப் பார்த்தார். பிறகு அவன் கைகளைப் பற்றி நாடி பிடித்தார். சிறிது நேரம் கண்களை மூடி பிரார்த்தித்தார்.

மறுபடி, "வாயைத் திற" என்று சொல்லித் தன்னிடமிருந்த சிறு குழாயின் ஒரு முனையை அவனது வாயில் வைத்துத் தலையை ஆட்டி ஆட்டி காற்றை உறிஞ்சுவது போல உறிஞ்சினார். பிறகு தன் வாயில் இருந்து சிறு கற்களை எடுத்தார்.

"ஒண்ணுமில்லை. செரிக்காத ஒண்ணுதான் கல்லா கெடக்கு... இன்னும் ரெண்டு தரம் தொக்கம் எடுத்தா பூரா வந்துடும்" ஒரு உதவியாளனை அழைத்து மறுபடி உப்பும் சர்க்கரையும் கலந்த தண்ணீரை எடுத்து வரச்சொல்லி தங்கப்பாண்டியிடம் குடிக்கச் சொன்னார்.

"இங்கேயே என் கூட இரு. இன்னும் ரெண்டு தரம் எடுத்துடலாம். ஆச்சி நீங்க கொஞ்சம் வெளியில இருங்க..." என்று அனுப்பினார். உதவியாளனிடம் சைகையால் ஏதோ சொன்னார். சில நிமிடங்களில் அவருக்கான சாப்பாடு வந்தது.

அறையில் இருந்த எல்லோரையும் அனுப்பிவிட்டு தங்கப்பாண்டியை மட்டும் அருகில் அழைத்தார்.

"எத்தினி நாளா இந்தப் பழக்கம்?" என்று குரலைக் கடுமையாக வைத்துக்கொண்டு கேட்டார். தங்கப்பாண்டிக்கு உள்ளுக்குள் கருந்தேள் ஊர்வது போல இருந்தது.

"எந்தப் பழக்கம் அய்யா?"

"அடிச்சுப் பேத்துருவேன்... சவுந்திரபாண்டிகிட்ட சொல்லட்டா?"

அவ்வளவுதான் தங்கப்பாண்டிக்கு வயிறு ராட்டினத்தில் சுற்றியது

போல கலங்க ஆரம்பித்துவிட்டது. கண்களில் இருந்து பொல பொலவெனக் கண்ணீர் பெருகி வழிந்த்து.

“பல்லுல காரை... வாயில நாத்தம்... எனக்குத் தெரியாதா? சொல்லு.”

“ஒரு தரம்தான் குடிச்சுப்பாருன்னு கஞ்சாவை ஃப்ரெண்டு குடுத்துட்டான்... தெரியாம குடிச்சிட்டேன் அப்பாருகிட்ட சொல்லிடாதீங்க அடிச்சுத் தொங்கப்போட்டுருவாரு.”

“ஓ கஞ்சா வேறயா? நான் சிகரெட் குடிக்கறதைக் கேட்டேன்.”

“அப்ப நாமளாதான் ஒளறிட்டமா... இந்தாளு கண்டுபிடிக்கலையா?” மனதுக்குள் நொந்துகொண்டான் தங்கப்பாண்டி.

“இந்தக் காலு ரெண்டையும் பாத்தியா?” மூடியிருந்த போர்வையை விலக்கிக் காண்பித்தார். கோரமாக இருந்தது. கால்கள் இரண்டும் கறுப்புப் புடலங்காய் போல துவண்டு மடிந்திருந்தன.

“எப்படி ஆச்சு தெரியுமா? உனக்கு வாய்ச்ச மாதிரிதான் எனக்கும் ஒருத்தன். அவந்தான் சாராயம் குடிக்கப் பழக்குனான். புத்தி பேதலிச்சுப்போச்சுன்னா நல்லவன் மொகம் கண்ணுக்குத் தெரியாது. ஈனப்பயலும் ஈத்தரையும்தான் பசக்குன்னு வந்து ஒட்டிக்குவான்.”

ஒரு சொம்புத் தண்ணீரை எடுத்து மடக் மடக்கென்று குடித்தார். பிறகு மறுபடியும் தங்கப்பாண்டிக்கு உப்பும் சர்க்கரையும் கலந்த தண்ணீரைக் கொடுத்தார்... குடிக்கக் கஷ்டமாக இருந்தாலும், அவருக்குப் பயந்து ஒரே வாயில் குடித்து முடித்தான்.

“பல்லு வெளக்கறதுக்கே அவனுக்கு பட்டைச்சாராயம் வேணும். மொதல்ல வாங்கிக் குடுத்துப் பழக்குனான். அப்புறம் நம்மகிட்டயே கறந்து மூணு மடங்கா குடிச்சிடுவான். அதுக்குள்ள நாம பழக்கத்துக்கு அடிமையாயிடுவோம். அப்படித்தான் ஆயிட்டேன். இங்க தடை பண்ணிட்டாங்கன்னு பார்டர் தாண்டி கேரளா போயி குடிச்சோம். ஊரு வந்தா கெடைக்காதுன்னு மூக்கு முட்டக்குடிச்சோம். ரெண்டு பேரும் குடிச்சுட்டு ஆளில்லாத நடுரோட்டுல இருட்டுல கெடந்திருக்கோம். எவனோ வண்டிக்காரன் ஏத்திட்டுப் போயிட்டான். கூடக்கிடந்தவன் ஸ்பாட்டுலேயே

காலி... எனக்கு ரெண்டு காலும் இப்படி ஆயிடுச்சு. பார்டர் தாண்டுற அளவுக்கு இருந்த உடம்பு இப்ப பாத்ரூம் கூட தனியா போவ முடியாது."

அவரது கண்களில் இருந்து அவரையறியாமல் கண்ணீர் வழிந்தது.

"வயசுலதான் சேக்காளிங்க கெடைப்பாங்க நல்ல தண்ணியில நம்ம வேர் பரவுச்சுன்னா பூக்கும் காய்க்கும்... நல்லதா கெடைக்கும்... நச்சுத்தண்ணியில நம்ம காலு பாவிட்டா எல்லாம் அழுகிடும்... பொம்பளைப் புள்ளைங்க கூட பழகிடலாம்... அவளைக் கெட்டுவியோ,.. கெட்டமாட்டியோ... ஆனா அவ நம்மளை நல்லவனாகத்தான் பார்ப்பா... குடிக்காதே, சிகரெட் புடிக்காதேன்னு கெடுபுடி பண்ணுவா. அவளுக்கு பயந்தாச்சும் கெட்ட பக்கம் போவ மாட்டே.... ஆம்பளைப் பசங்களைக் கூட்டாளியா சேக்கறச்சே கவனமா இருக்கணும்யா... ஒர்த்தன் நம்மளை மலை மேல ஒசத்தி வச்சிடுவான். அதே சமயம் இன்னொருத்தன் பாதாளத்துல தள்ளி வுட்ருவான். நாமதான் சூதானமா இருந்துக்கணும்."

சரிதான் என்று தங்கப்பாண்டிக்குத் தோன்றியது. ஆமென்று தலையாட்டினான்.

"சுத்தி நிக்கறானுங்களே இந்தப் பயலுக... எல்லாம் எனக்கு அசிஸ்டண்டுன்னா நெனச்சுக்கிட்டு இருக்கே? எல்லாப் பயலுகளும் என்னை வேவு பாக்கறானுங்க. இவனுங்கதான் மொள்ள மொள்ளமா பிசினசுக்குக் கொண்டு வந்தது. எனக்குக் கொஞ்சம் மேஜிக் தெரியும்... கண்ணு அசங்கற நேரத்துல கை வேற வேலை பாத்துடும்... அதைப் பார்த்துதான் வேப்ப மரத்தடியிலேர்ந்து இங்க தூக்கிட்டு வந்து பிசினஸ் பண்ணிக்கிட்டு இருக்கானுங்க... இங்க வர்றவங்களைப் பத்தி முன்னமே துப்பு குடுத்துடுவானுங்க அதை வச்சித்தான் பொருளை எடுக்கறேன். எனக்கும் வயித்தைக் கழுவணும்லே?"

"ஒரு செட்டியார் வாயிலேர்ந்து வைரக்கல்லு எடுத்தீங்கன்னு சொன்னாங்க."

"அந்தச் செட்டி வேசம் போட்டவன் இப்ப ஆரணிகிட்ட எங்கயோ கூத்துக் கட்டிக்கிட்டு இருக்கான்னு கேள்வி... வைரம், மாணிக்கம், கண்ணாடிக் கல்லு எது வேணும்னாலும் எடுக்கலாம். காலுக்கடியில

வச்சிருந்து கண்ணிமைக்குற நேரத்துல எடுக்கற தெறம வேணும் அவ்வளவுதான். கஞ்சாவை, சிகரெட்டைத் தொடாதே... தொட்டா உங்கப்பன்கிட்ட சொல்லி உரிச்சிடுவேன். சாமியாரு, மந்திரம் பண்றவன், ஜோசியன் இவங்க எதைச் சொன்னாலும் எல்லாரும் கேள்வி கேக்காம நம்புவாங்க ... இங்க நாம பேசுனதை நீ சொன்னா ஒரு பய காதுல போட்டுக்க மாட்டான்... அதனால.... நீ புத்தியா பொழச்சிக்கணும்னுதான் இதை எல்லாம் சொன்னேன்." என்று தன் இடுப்பருகே போர்த்தியிருந்த போர்வையை அகற்றினார். அங்கிருந்த தட்டில் பல வகையான பொருள்கள் இருந்தன. அதில் பளபளவென்று கண்ணாடி போல மின்னிய கற்கள், தகடு, தலை முடி, முட்டை ஓடு, வாழை நார், அரக்கு நிறப் பொடி என யாவும் இருந்தன... ஆளாளுக்குத் தகுந்தாற்போல் எடுக்கும் சாமர்த்தியம் மூக்கையாவுக்கு இருந்தது. தனக்கும் நல்லதைத் தேர்ந்தெடுக்கும் சாமர்த்தியம் வேண்டும் என்று தோன்றியது. தலைச்சுற்றல் குறைந்து தங்கப்பாண்டிக்கு மெல்ல மெல்லத் தெளியத் தொடங்கியது..

(அந்திமழை இலக்கிய இதழ் நடத்திய சிறுகதைப் போட்டியில் சிறப்புப் பரிசு பெற்ற சிறுகதை)

துரோகத்தின் கண்கள்

அந்த அவை நள்ளிரவில் கூடி இருந்தது. தளியின் பாளையக்காரர் வெங்குடுபதி எத்திலப்ப நாயக்கர் அழைத்திருக்கிறார் என்றால் அது நிச்சயம் முக்கியமான விஷயமாகத்தான் இருக்க வேண்டும். ஐந்து ஏக்கர் பரப்பில் நீண்டிருந்த அந்த அரண்மனை ஆங்காங்கே செருகப்பட்டிருந்த தீப்பந்தங்களின் ஒளியில் பேரழகுடன் மின்னியது. அரண்மனையைச் சுற்றிலும் வெட்டி வைக்கப்பட்ட அகழியில் சுற்றிவந்த நீர், தன் மீது நிலவை ஏந்திக்கொண்டு கர்வத்தோடு வலம் வந்து கொண்டிருந்தது. எத்திலப்ப நாயக்கருக்கு நீர்ப்பாசனத்திலும், அதனைச் சிறப்பாகக் கையாள்வதிலும் பெரும் திறன் இருப்பதை அங்கு வந்தவர்கள் வழியெங்கும் மனதுக்குள் குறித்தபடி வந்திருந்தனர்

“சித்திரை மாதத்திலும் கூட இத்தனை குளிர்ச்சியாக இருக்கிறதே இந்த அரண்மனை” என்று கண்களை மூடி, காற்றை ரசனையோடு சுவாசித்தார் இராமநாதபுரம் ஜமீன் கல்யாணித்தேவர். “நாமெல்லாம் காற்றை, கடமை போல சுவாசிக்கின்றோம்... உண்மையில் பலநேரம் நாம் சுயநினைவின்றி சுவாசிக்கின்றோம். இல்லையா பெருமாள் பிள்ளை?”

“ஆமாம் உண்மைதான்.”

“ஆனால், சுவாசம்தானே நாம் வாழ்தலுக்கான அடையாளம். ஆனால், அதை ஏன் நாம் ரசித்துச் செய்வதில்லை என்று பலமுறை யோசித்திருக்கிறேன். ஆனால், இங்குதான் காற்றைக்கூட உணரமுடிகிறது.”

“எத்திலப்பர் காற்றையும் மாற்றும் வல்லமை கொண்டவர் இல்லையா” பெருமாள் பிள்ளை பெருமிதத்தோடு குறிப்பிட்டார்.

“அதெல்லாம் அவரது குருதியில் குடியேறிய குணம். அவரது தாத்தாவுக்கெல்லாம் தாத்தா ராயர் மாயன நாயக்கர்தான் இந்தத் திருமூர்த்தி அணையைக் கட்டினார். இருநூறு ஆண்டுகள் ஆகியும் இன்றைக்கும் அந்த அணை அத்தனை வலுவாக இருக்கிறது. அவரது ரத்தம்தானே இவருக்கும்... அதனால்தான் தளி பாளையம் இத்தனை வளமாக, செழிப்பாக இருக்கிறது.”

“கட்டபொம்மனை விசாரணைக்கு என்று நயவஞ்சகமாக அழைத்து அந்தப் பறங்கியன் பானர்மேன் தூக்கில் போட்டானே. அது நடந்து ஒரு வருடமாகிவிட்டது இல்லையா? அதற்காக நினைவேந்தல் நிகழ்ச்சி எதையும் திட்டமிட்டு இருப்பாரோ?”

“நானும் அதைத்தான் யூகிக்கிறேன் ஏற்கனவே விருப்பாட்சி, பழனி, தளி, ஆயக்குடி, இடையர்கோட்டை, ஊத்துக்குழி பாளையங்களை ஓரணியில் இணைத்து தீபகற்பக் கூட்டணி என்று ஒரு அமைப்பாக உருவாக்கிய செய்தி கிடைத்து, வெறியான பறங்கியன் மக்லாயிடு, ஓசூர் முகம்மது ஹசனைப் பிடித்துக்கொண்டு போய்விட்டான்.”

“கூட்டணி அமைத்த பாளையக்காரர்களை விட்டுவிட்டு சம்பந்தமில்லாமல் ஓசூர்க்காரனை எதற்குப் பிடித்துக்கொண்டு போயிருக்கிறான் அந்த வெள்ளெலி?”

“பாளையக்காரர்கள் பக்கம் இனி தலைவைத்துப் படுக்க பறங்கியர்கள் அஞ்சுவார்கள். கோபால் நாயக்கர் சாதாரண ஆள் இல்லை! திப்புசுல்தானிடம் எப்படியோ நட்புகொண்டு அவரது தளபதி ஷாஜிஹானைத் தனக்குப் பக்க பலமாகச் சேர்த்துக் கொண்டார். ஷாஜிஹான் வந்ததும் ஓசூர் புட்டா முகமது, முகம்மது ஹசன் இச்சாப்பட்டி ரமனுல்லாகான் என வரிசையாக கோபாலர் பக்கம் ஜமீன்கள் சேர ஆரம்பித்துவிட்டனர் அதனால்தான் மக்லாயிடுவுக்கு கிலி கிளம்பி இருக்கிறது.”

“சரி அதோ அமர்ந்திருக்கிறாரே அவர் எந்த ஜமீன்?”

“அது மலபார் கேரள வர்மா, அந்தப் பக்கம் அமர்ந்திருப்பவர் சிவகங்கை சீமை சின்னமருதுவின் தளவாய், இன்னொருவர் மைசூர் கிருட்டிணப்பாவின் தளபதி. எல்லாம் கோபால்

நாயக்கரின் கூட்டாளிகள்தான். ஆக எத்திலப்ப நாயக்கர் ஏதோ திட்டத்துடன்தான் நம்மை இங்கு வரவழைத்திருக்கிறார் என்று நினைக்கிறேன்."

கூட்டத்தில் சிறு சலசலப்பு கிளம்பியது. கம்பீரமான மீசை, ஆறடி உயரம், அகன்ற மார்பு, நிமிர்ந்த நடை என எத்திலப்பர் அவைக்குள் நுழைந்த போது அவை நிரம்பியது போல எல்லோரும் உணர்ந்தனர். அவரது கண்கள் எல்லோரையும் ஒருமுறை தீர்க்கத்துடன் பார்த்தன. இரு கரங்களையும் கூப்பி எல்லோரையும் வணங்கினார் எத்திலப்பர்.

"உங்கள் அனைவரையும் இன்னொரு முறை ஒரே இடத்தில் சந்திக்கும் வாய்ப்பினை நான் வணங்கும் ஜக்கம்மா தந்திருக்கிறாள். அந்த தெய்வத்தை வணங்கி உங்களை எல்லாம் வரவேற்கிறேன்."

எல்லோரும் எழுந்து அவரை வணங்கினார்கள்

"உங்களுக்கெல்லாம் நிச்சயம் நினைவில் இருக்கும் என்று நம்புகிறேன். இன்றைக்கு அக்டோபர் 16ஆம் தேதி. போன ஆண்டு இதே நாள், சதிகார வெள்ளையன் பானர்மேன், மிகத் தந்திரமாக எங்கள் மாமன் கட்டபொம்முவை விசாரணைக்கென்று அழைத்து, தூக்கில் போட்டான். இத்தனை உறவுகள் இருந்தும் அதைத் தடுக்க முடியாமல் கையறுநிலையில் தவித்திருந்தோம் அந்தத் துயரின் வடு ஆறுவதற்குள் அந்த பானர்மேன் இடையர்கோட்டை ஜமீனுக்கு ஒரு தாக்கீது அனுப்பி இருக்கிறான்- எல்லா பாளையக்காரர்களும் கும்பினியாரிடம் அடிபணிந்து போகாவிட்டால் கட்டபொம்மனுக்கு ஏற்பட்ட நிலைதான் எல்லோருக்கும் என்று திமிர்த்தனமாகக் கடிதம் எழுதியிருக்கிறான்."

"என்ன ஆணவம்?"

"அதே கேள்விதான் எனக்கும் எழுந்தது ரத்தம் கொதித்தது. கோபால நாயக்கரும் அதேபோல கொந்தளித்தார். அந்தப் பறங்கியனைக் கைது செய்து இழுத்து வர, இடையர்கோட்டை, மேலூர் ஜமீன் படையையும் இணைத்துக்கொண்டு சத்திரப்பட்டி ஜமீன் அரண்மனையில் வெள்ளையன் இன்னஸ் படையை எதிர்த்து வீரமுடன் சமர் செய்தனர். அந்த யுத்தத்தில் நமது கோபால் நாயக்கரின் மகன் முத்து வெள்ளை நாயக்கர் வீரமரணம் அடைந்துவிட்டார்."

“என்ன உண்மையாகவா? இது என்ன கொடுமை? மிக மிக இளவயது ஆயிற்றே அவருக்கு.”

“அங்கிருந்து கோபால் நாயக்கர் எப்படியோ தப்பித்து இங்கு வந்துவிட்டார். விழுப்புண்களுடன் நமது அரண்மனையில்தான் இருக்கிறார்.”

எல்லோரும் பரவசமானார்கள்.

“அந்த மாவீரரை நாங்கள் பார்க்கவேண்டும் எத்திலப்பரே.”

“அவரது ஆவலும் உங்களைப் பார்க்க வேண்டும் என்பதுதான். ஆகையால் அவரது உடல்நலனையும் பொருட்படுத்தாமல் இங்கே உங்களை நேரே காண வந்திருக்கிறார்.” தனது அருகில் நின்றிருந்த காவலனை அழைத்து, “அவரை இங்கு பத்திரமாக அழைத்துவா” என்று உத்தரவிட்டார்.

“உடல்நலம் சரியில்லாதவரை நாங்கள் சென்று பார்ப்பதுதானே முறை” பெருமாள் பிள்ளை அக்கறையுடன் கேட்டார்.

“அவர் தன்னை உடல்நலம் சரியில்லாத நோயாளியாக உங்கள் முன் அறிமுகமாக விரும்பவில்லை. ஒரு போர் வீரனாகவே காண விரும்புகிறார்.”

“அவரைப் பார்ப்பது எங்களுக்குக் கிடைத்த மாபெரும் பேறு” என்றார் கல்யாணி

மருத்துவர் இட்ட கட்டுக்களுடன் சற்றுத் தளர்வாக நடந்து வந்தார் கோபாலர். ஆனால், அந்தக் கம்பீரம் குறையவேயில்லை. மிடுக்கால் தன் நோயைத் துச்சமென விரட்டிக்கொண்டே நடந்து வந்தார்.

அனைவரும் அவரை வணங்கிப் “கோபால் நாயக்கர் வாழ்க” எனப் பெருமிதத்துடன் முழக்கம் எழுப்பினர்.

அவர் அனைவரையும் இருகரம் கூப்பி வணங்கினார்.

“உங்கள் மகனை நீங்கள்...”

“இந்த மண்ணுக்குள் விதைத்திருக்கிறேன். அவன் மீண்டும் ஒருநாள் முளைப்பான் விருட்சமாக...” என்று குரல் நடுங்காமல் உயர்த்திச் சொன்னார்.

அனைவரும் ஒரு கணம் அந்தக் குரலின் கம்பீரத்தில் கட்டுண்டனர்.

"என் மகன் போரில் வீரமரணம் அடைந்தான். அதில் எனக்கு எவ்வித வருத்தமும் இல்லை. எனக்கு முன்பாக அவன் அந்தப் பெருமையைப் பெற்றிருக்கிறானே என்கிற பூரிப்பில் என் காயங்கள் ஆறின. ஆனால், நான் எங்கே இருக்கிறேன் என்று அடித்துச் சித்திரவதை செய்தபோது, தன் கழுத்தைத் தானே அறுத்துக்கொண்டு மரணித்தாரே முகம்மது யாசின் அவரது மரணத்துக்கு அவர்கள் பதில் சொல்லியே ஆகவேண்டும்.

எனது அன்பிற்குரிய மராட்டிய சிற்றரசர் துந்தாசி வாக்கினை, பீரங்கியின் வாயில் கட்டி சிதறடித்திருக்கிறானே பறங்கியன் அந்தக் கொடுமையை என்னால் மன்னிக்கவே முடியாது. என்றைக்கு வேண்டுமானாலும் நான் மரணத்தைத் தழுவத் தயாராக இருக்கிறேன். ஆனால் என் உயிர், சாவை முத்தமிடுவதற்கு முன்பாக ஒரு பறங்கியனையாவது தூக்கில் தொங்கவிட்டுத் தாலாட்ட வேண்டும். வீரம் செறிந்த உங்களை எல்லாம் இங்கே வரவழைத்ததற்கு காரணம் என் பாளைய சாம்ராஜ்யத்தைக் காப்பாற்றுவதற்காக அல்ல. மானத்தை இழந்து நாம் மண்டியிட்டுவிட்டால் அதன் பிறகு நம் சந்ததியினர் ஒருபோதும் நம்மை மன்னிக்கவே மாட்டார்கள். நம் பரம்பரைக்குத் தீராத இழுக்கைத் தேடி வைத்த அவப்பெயர் நமக்கு வந்து சேரும்."

"நீங்கள் கட்டளையிடுங்கள், நாயக்கரே நாங்கள் என்ன செய்ய வேண்டும்?"

"சமாதானம் பேச அழைத்தாலோ அல்லது ஒரு குற்றச்சாட்டைச் சுமத்தி விசாரணை என்று அழைத்தாலோ, அதற்கு மதிப்பளித்து வருபவர்களைத் தகுந்த மரியாதையுடன் அவை நாகரிகத்துடன், அவர்களைத் திருப்பி அனுப்புவதுதான் நமது மண்ணின் பண்பு. ஆனால், கட்டபொம்முவை விசாரணை என்கிற பெயரில் அழைத்து, தூக்கிலிட்ட வஞ்சகத்தினைச் செய்த பிறகு, நாமும் எந்த அறநெறியையும் பின்பற்றவேண்டும் என்கிற எந்த அவசியமும் இல்லை. சிங்கம் என்றால் அதனை எப்படி வேட்டையாட வேண்டும் என்று நமக்குத் தெரியும். அதே சமயம் ஒரு நரியை எப்படி வேட்டையாடுவோம் என்பது அவனுக்குத் தெரிய வேண்டும்."

“தெரிய வைப்போம் கோபாலரே. நீங்கள் கவலைப்படவேண்டாம்” புன்னகையுடன் சொன்னார் எத்திலப்பர்.

“இதற்கு முன்பாக உங்களை எல்லாம் ஒருங்கிணைத்து தீபகற்பக் கூட்டமைப்பு அமைத்தோம். அதோடு நில்லாமல் சென்ற ஆண்டு பங்குனி மாதம் மூவாயிரம் கிராமங்களுக்கு ஓலைச்சுவடிகளை அனுப்பி அந்த மக்களையும் ஒன்றுதிரட்டி நாம் மேலூர், நத்தம், மணப்பாறை ஆகிய ஜமீன்களைக் கைப்பற்றினோம் அந்தச் சமயம் மணப்பாறை லட்சுமி நாயக்கர், தேவதானப்பட்டி பூசாரி நாயக்கர், ஷாஜிகான் தீரமுடன் போரிட்டார்கள்... அன்றைக்குக் கட்டபொம்மன் உயிரோடு இருந்தது, நமக்கெல்லாம் பெரிய பலம். ஆனால் புரட்டாசி மாதம் அவர் அநியாயமாகக் கொல்லப்பட்டார். இப்பொழுதும் நமக்குத் துணைவர ஜமீன் மக்களும் நம் நட்பு பாளையக்காரர்களும் தயாராக இருக்கிறார்கள். நீங்கள் எல்லோரும் எப்பொழுதும் போல கைகொடுக்க வேண்டும்.”

“இதை நீங்கள் சொல்லவேண்டுமா? அது எங்கள் கடமை அல்லவா?” என்றார் எத்திலப்பர்.

அப்பொழுது எத்திலப்பரின் தளவாய் அவரது காதருகே வந்து ரகசியமாக ஏதோ சொன்னார். அதைக் கேட்டதும் பலமாகச் சிரித்தார் எத்திலப்பர்.

“பாளையக்காரர்களே... வெள்ளையன் நம்மைக் கண்டு பயந்துவிட்டான். இனி போர் வேண்டாம்.... இருபக்கமும் அமர்ந்து பேசி சமாதானமாகிவிடுவோம் என்று தகவல் அனுப்பி இருக்கிறான்.

“அவன் அழைக்கிறான் என்று எதற்காகவும் செல்லக்கூடாது அவர்களின் சூதுக்கு இனி ஒருவர்கூட பலியாகக்கூடாது” என்றார் கல்யாணி.

“அவனும் அதை யோசித்துப் பார்த்திருக்கிறான். ஆகையினால் நாம் சந்தேகப்படக் கூடாது என்பதற்காக தஞ்சையில் இருந்து ஒரு பறங்கியனை நம்முடன் பேசுவதற்காக அழைத்திருக்கிறார்களாம் அவன் வந்த பிறகு அவனுடன் பேசுங்கள். என்ன முடிவெடுக்கிறீர்களோ, அதற்கு இரு தரப்பும் ஒப்புக்கொள்ளவேண்டும். என்றும் அந்தத் தகவலில் சொல்லி இருக்கிறான்.”

"எரிகிற கொள்ளியில் எந்தக் கொள்ளி நல்ல கொள்ளி?"

"வரட்டும் பார்ப்போம் அது கொள்ளியா இல்லை பல்லியா என்று..." மர்மமாகச் சிரித்தார் எத்திலப்பர்.

திணைக்குளத்தில் அது மாபெரும் தோப்பு. பல்வேறு வகையான மரங்கள் அங்கு உண்டு. தளிக்கும் ஜல்லிப்பட்டிக்கும் இடையில் திணைக்குளத் தோப்பு அடர்ந்த இலைகளின் தலையசைப்பில் வனப்புடன் காட்சியளித்தது. வாகை, தேக்கு மாமரங்கள், புங்க மரம், வேம்பு, கொன்றை என சகல மரங்களும் நிரம்பிய தோப்பு அது. அங்குதான் தஞ்சையில் இருந்து வந்த பறங்கியன் ஆண்ட்ரூ கெதே புளிய மரம் ஒன்றில் கட்டிவைக்கப்பட்டிருந்தான்.

எதிரே எத்திலப்பர் தனது அடர்த்தியான நீண்ட மீசையை வருடியபடி புன்னகைத்துக் கொண்டிருந்தார்.

"தூது பேச வந்த என்னை இப்படி மரியாதை இல்லாமல் மரத்தில் கட்டிவைப்பது சட்டப்படி குற்றம்" என்று கத்தினான் ஆண்ட்ரூ.

"யாருடைய மண்ணுக்கு வந்து யார் சட்டம் போடுவது நீங்கள் யார் எங்களுக்கு சட்டம் போடுவது?"

"மாட்சிமை தாங்கிய பிரிட்டன் சாம்ராஜ்யத்தை நீங்கள் அவமதிக்கிறீர்கள். எங்கள் அரசு உங்களுக்கெல்லாம் சட்டமியற்றி ஆளும் அதிகாரம் படைத்தது. சமாதானம் பேச வந்தவரைக் கைது செய்து கட்டிவைப்பதுதான் உங்கள் பண்பா?"

"பண்பையும் நீதியையும் பற்றி நீங்கள் பேசக்கூடாது பாஞ்சாலக்குறிச்சியின் கணக்கர் சுப்பிரமணியரை எதன் அடிப்படையில் தலையை வெட்டி வீதியில் நட்டு வைத்து மிரட்டினீர்கள்? கட்டபொம்முவைத் தூக்கிலிட உங்களுக்கு யார் அதிகாரம் தந்தது? அவர் என்ன குற்றம் செய்தார்."

"கப்பம் கட்ட மறுத்தார். அதனால் கயிற்றில் தொங்கவிட்டோம்."

"நன்றாகத் தமிழ் பேசும் உன்னைத் தண்டிக்கக் கூட எங்கள் தமிழ் மனம் தடுக்கிறது. ஆனால் நியாயம், நீதி எதுவுமற்ற உங்களை மன்னிக்கத் தயாராய் இல்லை."

“அனாவசியமாக எங்கள் பகையைச் சம்பாதிக்கிறீர்கள். எங்கள் விரல் மீது உங்கள் கைகள் பட்டது தெரிந்தால் உங்கள் பாளையம் தரைமட்டமாகிவிடும்.”

“இன்னமும் உங்கள் திமிர் குறையவே இல்லை. இவன் மீதான தண்டனையை வாசியுங்கள் தளவாய்.”

“நிகழும் துன்மதி ஆண்டு சித்திரை மாதம் 10 ஆம் தேதி அதாவது ஆங்கில வருடம் 1801ஆம் ஆண்டு ஏப்ரல் மாதம் 23 ஆம் நாள் வியாழக்கிழமை அன்று எங்கள் பாளையக்காரர்களை உயிருக்கு அச்சம் விளைவிக்கும் வகையில் மிரட்டி, ஜமீனுக்கு எதிரான கருத்துகளை ஆத்திரமூட்டும் வகையில் பேசிய குற்றத்துக்காக பிரிட்டிஷ் அதிகாரி ஆண்ட்ரூ கெத்தே என்பவருக்கு சாகும்வரை தூக்கிலிட பாளையம் உத்திரவிடுகிறது. இது ஜக்கம்மாவின் ஆசியோடு இன்று நிறைவேற்றம் செய்யப்படுகிறது,” என்று வாசித்தார்

“ஜக்கம்மாவின் உத்திரவு மற்றும் ஆசியோடு இந்த ஆணை உடனடியாக நிறைவேற்றப்படுகிறது” என்றார் எத்திலப்பர்.

“எங்கள் அரசுக்கு மட்டும்தான் மரண தண்டனை விதிக்க, சகல அதிகாரங்கள் உண்டு. உங்களுக்கு எந்த அதிகாரமும் இல்லை. நீங்கள் அடிமைகள்.”

“இந்தத் திமிருக்குத்தான் இன்றைக்கு உன் உயிர் போகப்போகிறது. இந்தச் சமயம் இந்தக் கண்கொள்ளாக் காட்சியைக் காண என்னுடன் கோபால் நாயக்கர் இல்லையே என்று மனம் வருந்துகிறது.”

“இன்று நீ செய்யப்போகும் தவறுக்கு, உங்கள் மக்கள் அனைவரும் அனுபவிக்க வேண்டி வரும் மாட்சிமை பொருந்திய எங்கள் மகாராணி உங்கள் அனைவரையும் மண்ணோடு மண்ணாக்கிவிடுவார்.”

“அவரே விட்டுவைத்தாலும் ஒருநாள் மண்ணாகித்தான் போவோம். இது வீரம் செறிந்த மண். இம்மண்ணில் உயிர் கலப்பது எங்களுக்குப் பெரும் பேறு. நீதான் நாடுவிட்டு நாடுமாறி இந்த ஊரில் மண்ணாகிப் புழுத்துப்போகப்போகிறாய். தளவாய், இவனைப் புதைக்கும் இடத்தில் இப்படி ஒருவனை இங்குதான் நாம்

புதைத்தோம் என்னும் நற்செய்தியை மாத்திரம் பதித்துவிடுங்கள்."

"உத்தரவு ஜமீன் பெருந்தகையே."

ஆண்ட்ரூ கெதே அங்கிருந்த புளியமரம் ஒன்றின் கிளையில் கீழ் நிறுத்தப்படுகிறான்

"தளவாய்... இவர்கள் வணங்கும் வேதக்கோயில் பூசாரி யாராவது இங்கே இருக்கிறாரா?"

"இருக்கிறார்கள் ஜமீன்."

"அப்படியானால் அவரை உடனே அழைத்து வாருங்கள். அவர்கள் முறைப்படி என்னென்ன செய்ய வேண்டுமோ, அதை எல்லாம் அவர் சொல்படி செய்துவிடுங்கள்."

"தங்கள் ஆணை ஜமீன். உடனே அழைத்து வர ஆள் அனுப்புகிறேன்."

வேதக்கோயில் ஆபிரகாம் அங்கு வந்து ஆண்ட்ரூவின் இறுதிப் பயணத்துக்கான சகல ஏற்பாடுகளையும் செய்து, பின்னர் வேத நூலில் இருந்து வாசகங்களைப் படித்தார். இறுதியில் ஆண்ட்ரூ தூக்கிலிடப்பட்டான்.

தளவாய் எத்திலப்பரின் அருகில் வந்து, "நீங்கள் சொன்னீர்கள் நானும் தண்டனையை வாசித்துவிட்டேன் ஆனால் பறங்கியர்கள் நம்மை சும்மா விடமாட்டார்கள். நிச்சயம் நமக்கு மரணம் மிக அருகில் இருக்கிறது ஜமீன்."

"வேண்டுமானால் ஒன்று செய்யுங்கள் தளவாய் - நான் இப்பொழுது சற்று ஓய்வெடுக்கச் செல்கிறேன், நான் இருக்கும் இடத்தைப் பறங்கியர்களுக்குத் தெரிவியுங்கள். அவர்கள் என்னைக் கைது செய்து இதே தோட்டத்தில், இதே மரத்தில் தூக்கிலிடுவார்கள். என்னைக் காட்டிக்கொடுத்த பேருதவிக்காக உங்களுக்கு உயிர்ப் பிச்சை கிடைக்க வாய்ப்பு இருக்கிறது."

"ஜமீன் என்ன இது என்னை இப்படி நினைத்துவிட்டீர்கள்."

"நம் மண்ணில் எந்த அளவுக்கு வீரம் கொந்தளித்துக் கொண்டிருக்கிறதோ அதே அளவு துரோகமும் பேயாட்டம் ஆடிக் கொண்டிருக்கிறது. வரலாறு முழுக்க நம்மை அழித்தது பகை இல்லை துரோகம்தான். கட்டபொம்முவை காட்டிக்கொடுத்தவனும்

இதே மண்ணில் பிறந்தவன்தான். நான் இந்த வெள்ளையனைத் தூக்கிலிட எப்பொழுது முடிவுசெய்தேனோ அப்பொழுதே எனக்கு நானே மரண தண்டனை விதிக்கிறேன் என்பது எனக்கு நன்றாகத் தெரியும். ஆனால் நான் ஒரு வெள்ளையனைத் தூக்கிலிட்டேன் என்கிற வரலாற்றை யாராலும் அழிக்க முடியாது. அது வெள்ளையர்களின் உடம்பில் தேமல் போல என்றும் அழியாமல் அசிங்கமாகத் தெரிந்துகொண்டுதான் இருக்கும்.

நான் என் எதிரிக்காகக் காத்திருக்கவில்லை. என்னுடைய துரோகி யாரென்று அறிய வேதனையோடு காத்திருக்கிறேன். என்றாவது ஒருநாள் நானும், கோபால நாயக்கரும் கண்டிப்பாகத் தூக்கிலிடப்படுவோம். அப்பொழுது அங்கே எங்களுக்கு அருகே நிற்கும் துரோகத்தின் கண்களை நான் பார்க்க வேண்டும் தளவாய்" எனச் சொல்லிவிட்டு விறுவிறுவென்று நடந்தார் எத்திலப்பர். அவர் ஒவ்வொரு இரவிலும் எங்கு தங்குகிறார், எங்கு உறங்குகிறார் என்பது யாருக்கும் தெரியாது.

எத்திலப்பர் நடந்து செல்லும் திசையை ஒருவன் உற்றுப் பார்த்துக்கொண்டிருந்தான். அவர் பல்லக்கில் ஏறும்போது அவனும் பின்தொடர்ந்தான்.

"எங்கள் எத்திலப்பர் வாழ்க... பறங்கியனைத் தூக்கிலிட்ட மாவீரன் வாழ்க வாழ்க."

என்று அவர் செல்லும் வழியில் கத்திக்கொண்டே அவன் பின்தொடர்ந்து சென்று கொண்டிருந்தான். அவனை யாரும் கவனிக்கவில்லை... அவனது குரல் மெல்லத் தேய்ந்து கொண்டிருந்தது. ஆனால், அவனது கண்களின் கூர்மை இன்னும் துல்லியமாகி அவரைப் பின்தொடர்ந்து ரகசியமாகச் சென்று கொண்டிருந்தது.

(மின் கிறுக்கல்கள் இணைய இதழ் நடத்திய வரலாற்றுச் சிறுகதைப் போட்டியில் முதல் பரிசு பெற்ற சிறுகதை)

ஒரு துண்டு ரயில்

1940 ஆம் வருடம் இடைச்சிவிளை புகைவண்டி நிலையம்

இசக்கிமுத்து கொடி அசைக்கக் காத்திருந்தார். அதுதான் அந்தப் புகைவண்டி நிலையத்துக்கு வரும் கடைசி ரயில். ஒருவேளை அந்தப் புகைவண்டி நிலையத்துக்கே அன்று கடைசி தினமாகவும் இருக்கலாம். இனி ஓடுமோ, இல்லையோ என்பதால் கடைசி முறையாக அதில் பயணம் செய்துவிடுவோம் என்பதற்காகவும், வேடிக்கை பார்ப்பதற்காகவும் மக்கள் வழக்கத்தைவிட அதிகமாக நிலையத்தில் கூடி இருந்தனர். இசக்கி, சீருடை உடுப்பை ஒருமுறை தொட்டுப் பார்த்துக்கொண்டார். இனி அதை அணிய வாய்ப்பு இருக்குமா? அப்பா பார்க்கும் வைத்தியத் தொழில்தான் இனி நமக்கா? நிலையத்திலிருந்து 300 மீட்டர் தொலைவில் வண்டி வருவது தெரிந்தது. நிலையத்துக்கு வர இன்னும் பத்து நிமிடங்கள் ஆகும். மாட்டு வண்டி வேகத்தில்தான் வரும் என்றாலும் அதன் அழகும், கம்பீரமும் தனிதான்.

மதராஸ்பட்டினத்தில் இருக்கும் பாரி கம்பெனிக்காரன்தான் திசையன்விளையில் இருந்து குலசை வரைக்கும் ரயில் விட்டான். இல்லை என்றால் இந்த ஊருக்கு எப்படி ரயில் வரும்? திசையன்விளை பனைமரத்துப் பதநீர் அவ்வளவு தித்திப்பாக இருக்கும். அதிலிருந்து சீனி தயாரிக்கும் ஆலைக்கு, பதநீர் போகத்தான் முதலில் ரயில் வந்தது... அதன் பிறகு ஆலையில்

வேலை செய்ய ஆட்கள் போக வேண்டுமே அதற்காக மக்களும் போகட்டும் என்று இரண்டு பெட்டிகளைச் சேர்த்தார்கள். மக்கள் கூட்டம் கூடியது இன்னும் பெட்டிகளைச் சேர்த்தார்கள்.

இப்பொழுது ஒரே அடியாக நிறுத்தப்போகிறார்கள். ஒரு மேகத்தைக் கக்குவது போல புகையைத் துப்பிக்கொண்டு மெல்ல வந்து நிலையத்தில் நின்றது கே.எல்.ஆர். தொடர் வண்டி. குலசேகரப்பட்டினம் லைட் ரயிலைத்தான் மக்கள் சுருக்கமாக கே.எல்.ஆர். என்று சொல்வார்கள். இஞ்சின் ஓட்டுனரிடம் எப்பொழுதும் தெரியும் நட்பான புன்னகை இன்று இல்லை. எல்லாவற்றிலும் கடைசி என்ற சொல் ஒன்று இருக்கத்தான் செய்யும் ஆனால் அது என்றைக்கு அல்லது எதற்கு என்பது தெரியாமல் இருக்கும்வரைதான் வாழ்க்கை சுவாரசியமாக இருக்கும்.

வண்டிக்குள் நிறைய சிறுவர்கள் ஆடையில்லாமல் ரயிலில் தரப்பட்ட ஓமப்பொடியைத் தின்றுகொண்டு நின்றார்கள். மேல்சட்டை, டிரவுசர் போடாத பிள்ளைகளுக்கு டிக்கெட் இல்லை இலவசம்தான். அதுவுமில்லாமல் கையில ஓமப்பொடி இலவசமாகத் தருவார்கள். அதற்காகவே வீட்டில் சும்மா சுற்றிக்கொண்டு இருக்கும் பிள்ளைகளை ரயிலில் போகிற சமயம் கூட்டிக்கொண்டு வந்துவிடுவார்கள். நிலையத்தைத் தாண்டிவிட்டால் பையில் இருக்கும் சட்டைத் துணியை எடுத்துப் பிள்ளைகளுக்குப் போட்டுவிட்டு குலசேகரப்பட்டினத்தில் இறங்கி ஊர்சுற்றுவார்கள்.

பதினைந்து வயதிலேயே வேலை கிடைப்பது அதுவும் மாதம் இருபத்தி மூன்று ரூபாய்ச் சம்பளம் என்பது கொள்ளைப்பணம். இசக்கிக்கு ஒரு உதவியாளன் கூட உண்டு. கூட்ட, பெருக்க தண்ணீர் கொண்டுவந்து வைக்க, பூட்ட, திறக்க என்று மாடனை நியமித்திருந்தது நிர்வாகம். என்ன குறைச்சல்? யார் விட்ட சாபமோ எல்லாம் முடியப்போகிறது இன்றோடு... பதினைந்து வயதில் உத்தியோகம் பதினாறு வயதில் ரிட்டயர்மென்ட் ஒரு கையில் கருப்பட்டியைக் கொடுத்துவிட்டு அதன் ருசியை உணர்வதற்குள் மறுகையால் பிடுங்கிவிட்டார்கள். வானம் இருட்டிக்கொண்டு வந்தது. ரயில் புறப்பட்டுவிட்டால். இங்கு ஈ காக்கா இருக்காது. மணி இரவு ஏழாகிவிட்டது இஞ்சின் டிரைவர் தாங்கொண்ணா

சோகத்தோடு தலையை அசைத்தார். ரயில் புறப்பட்டது. வீட்டுக்குப் போய் என்ன செய்யப்போகிறோம் என்று அப்படியே மணி பத்தானதுகூடத் தெரியாமல் அமர்ந்துவிட்டார் இசக்கி. அப்பொழுதுதான் அந்த உருவத்தைப் பார்த்தார். இருட்டில் யாரென்று புரியவில்லை. கையில் இருந்த அரிக்கன் விளக்கை எடுத்துக்கொண்டு தண்டவாளத்தில் நடக்கத் தொடங்கினார். அந்த உருவம் நகராமல் இருப்பது போலத்தான் தோன்றியது.

2020 ஆம் வருடம்

தங்கசாமியின் காலை எடுத்துவிட்டார்கள் என்று சின்னப் பையன் செல்லத்துரை வந்து சொன்னான். அவனும் தங்கசாமியின் மகன் தருமராசனும் கூட்டாளிகள்.

“ஓ அப்படியா எங்க இருக்கான் ஆஸ்பத்திரியிலேயா?” என்று கேட்டார் இசக்கி.

“அவரு இன்னிக்கு டிஸ்சார்ஜ் ஆகி வீட்டுக்கு வந்துடறார். இன்னிக்கு சாயந்திரமே கற்குவேல் அய்யனார் கோயில்ல படையல் வச்சிருக்கான் தருமராசன்... ஆப்பரேஷன் நல்லபடியா முடிஞ்சா பொங்கல் வைக்கிறேன்னு வேண்டிக்கிட்டானாம். உங்களையும் வரச் சொன்னான். உங்களால வர முடியுமா?

“அதுக்கென்ன நடக்கற தூரம்தானே. நான் ஒரு எட்டு போயிட்டு வந்துடறேன் நீ கொல்லைக்குப் போயிட்டு உன் ஜவுரியம் போல அங்க வந்துடு.”

தங்கசாமிக்கு நீரிழிவு நோய் முற்றிப்போய், கால் புரையோடிவிட்டது. இனி, காலை எடுத்தால்தான் பிழைக்கலாம் என்று சொல்லிவிட்டார்கள். அவனுக்கும் வயசு தொண்ணூறு. தொண்ணுத்தி ரெண்டு இருக்கும் என்னைவிட சின்னவன்தான்.

“நீங்க எண்ணெய் எல்லாம் போட்டு வருஷக் கணக்குல காலை காப்பாத்தி வெச்சிருந்தீங்க. இங்கிலீஷ் மருத்துவம் பாக்கறவன் ஒரு மணி நேரத்துல வெட்டிக் கெடாசிட்டான். அப்படின்னு தருமராசு ரொம்ப வருத்தப்பட்டான்.”

“என்ன பண்ண சொல்லுதே? அப்ப கருப்பட்டிக் காப்பி, டீதான் குடிப்பான். வெள்ளைச் சர்க்கரை வந்தபொறவு இதை எல்லாம்

சீண்டறது இல்லை. அவன் எல்லாத்திலேயும் மேம்போக்குதான். சின்ன வயசுலே. பனங்கள்ளு எறக்கற எடத்துக்கே பொளுது விடிஞ்சா போய் நிப்பான். அதுலேயும் போதைக்காகக் கடுங்கள்ளுதான் குடிப்பான்...

வெள்ளைக்காரன் லோன் தொரைக்கு எடுப்பு வேலைக்குப் போனப்புறம் சீமைச் சரக்குத்தான்... பனங்கள்ளு குடிக்கிறப்ப பய போறதும் தெரியாது வாரதும் தெரியாது. ஆனா சீமைச்சரக்குலதான் போதை ஏறுதுன்னு, கண்ணு மண்ணு தெரியாம குடிச்சுட்டு தண்டவாளத்துல காலை விட்டான்..."

கற்குவேல் அய்யனார் கோயிலுக்கு இசக்கி போனபோது தங்கசாமி குடும்பம் பொங்கல் வைத்து மாவிளக்கு ஏற்றி, படைக்கத் தயாராக இருந்தது. தருமராசன் இவரைப் பார்த்ததும் அருகே வந்து இசக்கியின் கைகளைப் பிடித்துக்கொண்டு கலங்கினான்.

"வாங்க மாமா... அப்பாவைப் பார்த்தீயளா?" தங்கசாமி முட்டிக்குக் கீழே பேண்டேஜ் போட்டு மழுங்கலாகி இருந்தது.

"ஒரு வருசமா ரெண்டு வருசமா? கிட்டத்தட்ட அஞ்சு வருசம் விடாம எண்ணெய் காய்ச்சி, நீவி, தண்டவாளத்துல விட்ட அவரு காலை எப்படியோ நேராக்கி நடக்க வச்சீங்க. ரெண்டு வருசத்துக்கு முன்னாடி வெரலை வெட்டினாங்க இப்ப...." என்று தாங்க முடியாமல் அழுதான். அப்பா மேல் மிகுந்த பாசம் அவனுக்கு.

"இத்தினி வயசுக்கு அவரை, உசுரோட திருப்பிக் குடுத்துருக்கானே... அதை நெனச்சி, மனசைத் தேத்திக்க ராசு."

படைக்க வைத்திருந்த பொருட்களை எல்லாம் ஒருமுறை ஏறிட்டுப் பார்த்தார். வாழைப்பழம், வெத்திலை பாக்கு, தேங்காய், சூடம், வத்தி இப்படி எல்லாம் இருந்தது. மாம்பழத்தைக் காணவில்லை.

"ராசு, என்னப்பா மாம்பழத்தைக் காங்கலியே?"

"இல்லை மாமா கெடைக்கலை."

"யாருலே சொன்னா? நம்ம மாடன் தோப்புல இருக்கே. கேட்டா ரெண்டு பழம் தரப்போறான். அவனோட மயன் சக்கரைதான் தோப்புல இருக்கான். வாரக்குள்ள பாத்தேன். போயி நான்

சொன்னேன்னு கேட்டு வாங்கிட்டுவாலே... மாம்பழம் இல்லாம கற்குவேல் அய்யனாருக்குப் படைக்கக் கூடாது பாத்துக்க. செல்லத்துரை நீ போயிட்டு வாலே.”

செல்லத்துரை டூ வீலரை எடுத்துக்கொண்டு கிளம்பினான். மாம்பழம் வந்ததும் படையல் ஆரம்பமானது. பக்கத்தில் இருந்த கே.எஸ்.எம். பள்ளியில் இருந்து பள்ளி விடுவதற்கான மணி அடிக்கும் சத்தம் கேட்டது. தண்டவாளத் துண்டு ஒன்றைத்தான் மணி அடிப்பதற்காகப் பள்ளியில் தொங்கவிட்டிருந்தார்கள். அது கே.எல்.ஆர். ரயில் பாதையில் எஞ்சிய தண்டவாளத்தின் கடைசித்துண்டு. பாரி கம்பெனி ரயில் விடுவதை நிறுத்திய பிறகு தொடர்ந்து ரயில் விட எத்தனையோ பேர், எவ்வளவோ முயற்சி செய்தார்கள். ஆனால், சர்க்கரை ஆலைக்குச் சென்ற பதநீரில் குளத்து நீரைக் களவாணித்தனமாகக் கலந்துவிட்டதை அவர்கள் கண்டுபிடித்து விட்டார்கள். நம்மை ஏமாற்றிய இவர்களுக்கு எதற்குச் செய்ய வேண்டும் என்று வெள்ளைக்காரர்கள் ரயில் போக்குவரத்தைத் தொடர முன்வரவில்லை. கைவிடப்பட்ட தண்டவாளங்களைத் துண்டுதுண்டாக ஆளாளுக்குத் தூக்கிக்கொண்டு போய் தங்கள் வீட்டு உத்திரமாகவும், மாடு கட்ட முளைக்குச்சி போலவும் பயன்படுத்திக் கொண்டார்கள். இப்பொழுது அந்த ரயில்பாதை இருந்ததற்கான சுவடே இல்லை.

படையல் நல்லபடியாக முடிந்தது. தங்கசாமி அமர்ந்திருந்த கயிற்றுக்கட்டிலில் இசக்கியும் அமர, அவர்களுக்கு அங்கேயே பொங்கல் வந்தது. மற்றவர்கள் எதிரிலிருந்த அரசமரத்துக்குப் போய்விட்டார்கள். அப்பொழுதுதான் தங்கசாமி திடீரெனக் கேட்டான்.

“எதுக்கு இசக்கி, அன்னிக்கு என் கால் மாட்டிக்கும்னு தெரிஞ்சும் பாயின்ட் அடிச்சே? அதுல சிக்கித்தான் எனக்குக் கால் எலும்பு முறிஞ்சுது. அன்னிக்கு ஒன்னைய விட்டா ஊருக்குள்ள வைத்தியன் எவனுமில்லே. நீதான் வைத்தியம் பண்ணி என் காலை மறுபடியும் நல்லாக்கினே. அதனாலதான் அதுக்கப்புறம் நேத்து வரைக்கும் நல்லா நடக்க முடிஞ்சுது. பாயின்ட் அடிச்சு காலை ஒடச்சது நீதான்னு இன்னிவரைக்கும் என் பிள்ளைககிட்ட கூட சொல்லலை பாத்துக்க... இனிமே ரொம்ப நாள் இருக்க மாட்டேன். எனக்குத் தெரிஞ்சாவணும் ஏன் அப்படி செஞ்சே?”

"கற்குவேல் அய்யனாருக்கு ஏன் கட்டாயம் மாம்பழம் வச்சிப் படைக்கணும்னு சொன்னேன் தெரியுமா?"

"தெரியாதே."

"ரொம்ப வருசத்துக்கு மின்னால சூரபாண்டியன்னு ஒரு ராசா இருந்தாரு. அவரு காலத்துல ஓர் அதிசய மாமரம் இங்க இருந்துச்சு. அதுல என்ன அதிசயம் இருந்துச்சுன்னா. நிறையப் பூக்கும். ஆனா வருசத்துக்கு ஒரேஒரு மாம்பூதான் காய்க்கும் பாத்துக்க. அது பழுத்தா வர்ர பழம் ஒண்ணுதான் அந்த வருசத்துக்கு... அதுக்கப்புறம் அடுத்த வருசம்தான். அதனால அது ரொம்ப சக்தி வாய்ந்த பழம். அதைச் சாப்பிட்டா நூறு வருசத்துக்கு மேல நோய்நொடி இல்லாம வாழலாம்னு அந்த ராசா என்ன பண்ணினார்னா, அந்த மரத்தைச் சுத்தி காவல் போட்டு, பழம் கனிஞ்ச உடனே பறிச்சிட்டு வாங்கன்னு உத்தரவு போட்டுட்டார். மாமரம் இருந்த இடத்துக்கு நேரா ஒரு விதவைப் பொண்ணு குடியிருந்தாளாம். அவ தெனமும் மரத்துக்குப் பக்கத்துல இருக்கிற கிணத்துல தண்ணி எடுக்க இந்த வழியாத்தான் போகணும். ஒருநாள் கனிஞ்ச மாம்பழம் கிணத்துல, தானா விளுந்துடுச்சு. அது அந்தப் பொண்ணு தண்ணி எடுக்கறப்ப வாளியில வந்து, அவ கொடத்துல அவளுக்குத் தெரியாம சேர்ந்துடுச்சு. பழம் காணும்ன உடனே எல்லார் வீட்டுலேயும் சோதனை போடச் சொன்னார் ராஜா. அப்ப விதவை வீட்டுக் கொடத்துல அதைப் பார்த்து எடுத்துட்டாங்க. அவ பழத்தைத் திருடிட்டான்னு ராசா மரணதண்டனை குடுத்துட்டாரு.

கிணத்துக்குப் பக்கத்துல இருந்த கற்குவா மரத்துலதான் நம்ம அய்யனார் குடிகொண்டிருந்தார். அதனாலதான் அவருக்கு கற்குவேல்னு பேரு பாத்துக்க. அவருக்குத் தெரியும் இது தானா வுளுந்ததுன்னு.... அவரும் ராசாகிட்ட மனுசன் உருவம் எடுத்துச் சொல்லிப் பார்த்தார் ஆனா ராசா கேக்கலை. அவ செத்துட்டா. சும்மா சாவலை இந்த ஊரு மண்மாரி, பொசலடிச்சு ஒண்ணுக்கும் வேலைக்காவாம போவட்டும்னு சாபம் வுட்டுட்டா.

அதனாலதான் இந்த ஊரு செம்மண்ணாகித் தண்ணீர் தேங்காம, பாலைவனமா மாறி தேரிக்காடா ஆயிடுச்சு. அறம் தவறிட்டா அய்யனார் விடமாட்டார். அய்யனார்தான் அந்த அம்மாவுக்குள்ளே பூந்து அப்படி ஒரு சாவத்தைக் குடுத்துட்டார்

பொய்க் குற்றச்சாட்டு சொன்னதுக்கே இந்த ஊரு செம்மண் பாலையா ஆயிடுச்சு. நீ என்ன பண்ணின? திசையன்விளையிலே ஏத்திவிடற பதநீரை மொள்ளமா நகர்ற ரயில்ல இடைச்சன்விளை ஸ்டேஷன்ல ஏறி பதனியைத் திருடிட்டு, அதுக்குப் பதிலா குளத்துத்தண்ணியைக் கலந்துவிட்டுட்டு பிச்சிவிளையில எறங்கிப் போயிடுவே. ரொம்பநாளா நீ ஏன் இடைச்சிவிளையில ஏறுற அப்படின்னு எனக்குத் தெரியாது. ஒருநாள் பிச்சிவிளையில ஒன்னையப் பானையோட பார்த்தேன். ஆனா அதுக்குள்ளே நீ கலந்த குளத்துத் தண்ணியில இருந்த மீனு, நண்டு எல்லாம் பதனியில விழுந்து கிடந்ததை சீனி ஆலையில பாத்துக் கண்டுபிடிச்சிட்டாங்க.

அவனுங்களுக்கு கோவம் வந்து சீனி ஆலையையும் மூடிட்டாங்க அப்புறம் ரயிலையும் நிறுத்திட்டாங்க. ஊருக்காரவக பொழப்பு ஒன்னாலதான் போச்சுங்கறது எனக்கு மட்டும்தான் தெரியும். கடைசி ரயில் போன அன்னிக்கு ராத்திரி, தண்டவாளத்தைப் பேத்து எடுத்துரலாம்னு திருட வந்துட்டே. எல்லாம் போதை படுத்தின பாடு. ஓடம்பு வலிக்கும் சூட்டுக்கும் பனங்கள்ளு குடிச்சே... அதுவரைக்கும் பிரச்சினை இல்லை. பொறவு கடுங்கள்ளு, சாராயம், சீமைச்சரக்கு அப்படின்னு போதை பத்தாம காசு பத்தாம திருடற அளவுக்கு வந்துட்டே.... அன்னிக்கு பாயின்ட் அடிச்சது நானில்லை தங்கசாமி... எனக்குள்ள இருந்த கற்குவேல் அய்யனாருதான் அடிச்சது... கிட்டத்தட்ட அஞ்சு வருசமா உன் காலுக்கு வைத்தியம் பண்ணினானே அவன்தான் ஒன் கூட்டாளி இசக்கி" பொங்கலை சாப்பிட்டு முடித்து ஏப்பம் விட்டார் இசக்கி.

"என்னிக்காச்சும் அந்தப் பாதையில மறுவடி ரயில் வரும்னு ஏமாந்துபோன பல பேருல நானும் ஒருத்தன். ஸ்கூல்ல அடிக்கிற பெல், பிள்ளைகளுக்கு வேணும்னா பள்ளிக்கோடம் விடற சந்தோச சத்தமா கேக்கும். ஆனா எனக்கு ரயில் கதறுற சத்தம்தான் கேக்குது... அந்தத் தண்டவாளத் துண்டு ஸ்கூல்ல கட்டித் தொங்கவிட்டு இருக்கறதை பாக்குறப்ப ஒரு ரயில் தூக்குல தொங்கற மாதிரி இருக்கு தங்கசாமி... நான்தான் பாயின்ட் அடிச்சு உன் காலை ஒடைச்சேன்னு ஒன் பிள்ளைககிட்ட வேணும்னா சொல்லு. எனக்கொண்ணும் பயமில்லே. பழி பாவம் பத்துன கவலையும் இல்லே அப்படியே நீ திருடுனதையும் சொல்லு," என்று

சொல்லிவிட்டுத் தன் வீட்டுக்கு கம்பீரமாக நடக்க ஆரம்பித்தார் இசக்கி. பார்ப்பதற்கு அய்யனார் நடப்பது போலவே இருந்தது.

(செய்தி அலை டிஜிட்டல் நடத்திய சிறுகதைப் போட்டியில் மூன்றாவது பரிசு பெற்ற சிறுகதை)

மரகதப்புறா

கி.பி.1838ஆம் ஆண்டு.

சல்லிவன் துரைக்காக கன்னேரிமுக்கு பெருங்கல்லு வீட்டுக்கு எதிராக கடும் சினத்துடன் காத்திருந்தான் ஆயன். ‘வரட்டும் இன்று இரண்டில் ஒன்று பார்த்துவிடுவது’ முறுக்கிய மீசையும் திண்ணென்ற தோள்களும், தேக்கு போன்ற வலுவான கைகளும் திமிறியபடி இருந்தன. கால்வளையங்கள் கூட தேவைப்பட்டால் ஆயனுக்கு ஆயுதங்கள்தான். மஞ்சள் வண்ணம் தீட்டப்பட்ட வெண்கல அணிகலன்கள் விரலிலும், செவிகளிலும் பொய்யாயினும் மின்னின.

வேலா வீடு வந்து சேர்ந்தபொழுது மழை வலுத்திருந்தது. பில்லி ஒரு நைந்துபோன பழைய புடவையைத் தரையில் விரித்து அதன் மீது நடுங்கியபடி படுத்திருந்தாள்.

“அம்மா” என்று பில்லியின் அருகில் சென்று மெலிதாகக் குரல் கொடுத்தான் வேலா. அவனை நிமிர்ந்து பார்த்ததும் பரவசமான பில்லி “எப்படி மழை கொட்டுது... கொஞ்சம் ஒதுங்கி நின்னு வரக்கூடாது?” என்று கடிந்தபடி தன் முந்தானையால் வேலாவின் தலையைத் துடைத்துவிட்டாள்.வேலாவின் கையில் இருந்த தொரட்டிக்கம்பை பார்த்ததும் பில்லிக்கு புரிந்துவிட்டது, ஆயனுக்குப் பதிலாக தொரட்டிக் கம்பு வந்திருக்கிறது என்று.... கம்பின் நுனியில் இருந்த கவைக்குச்சியை ஆதுரமாகத் தடவினாள் பில்லி.

“வைத்தியர் வந்தாராம்மா.”

“வர்றாரு வர்றாரு... நமக்கும் அவரை விட்டா கதி இல்லே... அவருக்கும் நம்மளை விட்டா ஆள் இல்லே.”

ஆட்டுக்கிடையில் மழை வெய்யிலுக்கு ஒதுங்க அமைத்திருக்கும் குடில் போல தரையோடு தரையாக, இளஞ்சிவப்பு மலர்கள் பூத்த வாகை மரம் தன் கிளைகளைக் கவித்திருந்தது. ஆயன் அதன் விரிந்த இலைகளுக்கு சற்றுத்தள்ளி அதேநேரம் நேர்த்தியாகத் தன்னை மறைத்துக்கொண்டு மிக வசதியாக அமர்ந்திருந்தான். வாகை மரத்தின் இலைகளைப் பார்த்தாலே பாய்ந்து தின்னும் பவழமல்லி அன்றைக்கு எந்தச் சலனமும் இல்லாமல் அவனருகில் அமைதியாக நின்றுகொண்டிருந்தது. ஆடுகளுக்குப் பெயர் வைத்து அழைப்பதுதான் ஆயன் குடும்பத்தினரின் வழக்கம். பவழமல்லியின் தாய்ஆடு பொன்னியை சல்லிவன் துரையோட ஆட்கள் பிடித்துக்கொண்டு போய்விட்டார்கள். ஆயனின் வசம் இருந்தது வேலாவின் தொரட்டிக்கம்புதான். அருகில் வைத்திருந்த அந்தத் தொரட்டியில் கட்டி வைக்கப்பட்டிருந்த கொக்கைச் சத்தகக் கத்தியின் கூர்மையைச் சோதிப்பதற்காக தன் ஆட்காட்டி விரலால் தடவினான். தடம் தெரியாமல் அது விரலைப் பதம் பார்க்க... மடி பெருத்த ஆட்டுக்குட்டியின் காம்பிலிருந்து பால் துளிர்ப்பது போல மளுக்கென்று ரத்தம் வெளிவந்தது.

சொரசொரத்த பாறைகளைப் பார்த்துவிட்டால் வேலா அப்படியே நின்று தன் குழை அறுக்கும் கத்தியைக் கூர் தீட்ட ஆரம்பித்துவிடுவான். ‘புல்லு கண்ட இடத்துலே வெட்டணும்; கல்லு கண்ட இடத்துலே தீட்டணும்’ என்பான் அடிக்கடி.... தேக்கை விட வலிமையான தோதகத்தி மரத்தின் கழியில்தான் கொக்கைக் கத்தியைக் கட்டுவான். ‘ஈட்டி செய்யற மரம்டா அது. நாம வளக்கறது வரையாடுங்க. எல்லாம் பணக்கார வீட்டுச் செல்லப்பிள்ளைங்க மாதிரி காட்டுமரத்து இலையைத் தின்னாத்தான் பசியடங்கும். வலுவான மரத்துலதான் கழி போடணும்” என்பான் வேலா.

வரையாடு வளர்ப்பதற்கு மலை மேல்தான் வரவேண்டும். அதுவும் பாறைகள் மேல்தான் வரையாடுகள் பெரும்பொழுது கிடக்கும். ஒவ்வொன்றும் நூறுகிலோ வரைக்கும் கூட

பெருக்கும். அதனால்தான் ஆயனும் வேலாவும் காடு, மலை, பாறை என்று பார்க்காமல் ஏறிவிடுவார்கள். அடிக்கடி களவு போகிறது என்பதால்தான் பட்டியை இந்த முறை தரையிலும் போடாமல். மலையிலும் போடாமல் இடைப்பட்ட முள்ளியில் போட்டிருந்தார்கள். அப்படியும் கண்ணயர்ந்த நேரத்தில் களவாணிகள் பொன்னியைத் தூக்கிக்கொண்டு போய்விட்டார்கள்.

சல்லிவன் துரை வீட்டில்தான் கட்டிப் போட்டிருப்பார்கள் என்று ஆயன் யூகித்தான். துரைக்கு வரையாட்டுக்கறி என்றால் ரொம்பப் பிடிக்கும். நேரம் கிடைத்தால் வேட்டைக்குக் கிளம்பிவிடுவான். அது தெரிந்த சல்லிவனின் எடுபிடிகள், மீந்துபோகும் மதுவுக்கும், வறுத்த கறிக்கும் ஆசைப்பட்டு பட்டியில் அடைக்கப்பட்டிருக்கும் வரையாட்டைக் களவாடி வந்துவிடுகிறார்கள். இப்படி ஒவ்வொரு மாதமும் இருபது, முப்பது ஆடுகளை வீடுகளில் இருந்தும் பட்டிகளில் இருந்தும் திருடிக்கொண்டு போய்விடுகிறார்கள்.

அதிகாரமும் ஆயுத பலமும் கையில் இருப்பதால் எவரும் அஞ்சுவதே இல்லை. பொன்னுசாமியின் கிடையில் இருந்து கடந்த மூன்று மாதத்தில் அஞ்சு ஆடுகளைக் களவாண்டு சென்றுவிட்டார்கள் என்று சென்ற முறை பார்த்தபோது சொல்லி அழுதான். கிடை பிடிப்பதையே விட்டுவிடலாமான்னு பாக்கறேன்... ஆனா வேற என்ன வேலை செஞ்சு வயித்தைக் கழுவறதுன்னு தெரியலையே... அன்று அவன் புலம்பியபோது பாவமாக இருந்தது.

'வாசல்ல நிற்கிற காவல்கார ஆளுங்க கொஞ்சம் அசரட்டும். துரையின் சங்கை அறுத்துவிடுவது' என்று மனதுக்குள் கருவிக்கொண்டு உட்கார்ந்திருந்தான் ஆயன். இந்தப் பொணந்தின்னி இருக்கற தைரியத்துலதானே கள்ளனுக ஆட்டை அள்ளிட்டு வந்துடறானுங்க. வேலா கூட அதெல்லாம் ஒண்ணும் பண்ணிடாதே வெள்ளைக்காரத் துரைங்க ரொம்ப மோசமான ஆளுக... அத்தனை சுலபத்துல விட்டுவைக்க மாட்டானுங்க என்று எச்சரித்தான். வீடு நிலம் எப்படி மத்தவங்களுக்குச் சொத்தோ அது மாதிரிதானே ஆடும் நமக்கு. அதெப்படி விடறது? இப்படி ஆயன் பதில் சொல்லவில்லைதான் வேலா ஊருக்குப் போகட்டும் ஒரு கை பார்த்துக்கலாம் என்றுதான் அவனை அனுப்பி வைத்தான்.

அம்மாவைப் பார்க்கத்தான் வேலா அடிவாரத்துக்குப் போய் இருக்கிறான். அம்மாவுக்குச் சில மாதங்களாகவே உடல்நிலை

சரியில்லை. இந்த முறை ஊருக்குப் போக வேண்டியது முறைப்படி பார்த்தால் ஆயன்தான். ஆனால் வேலா கிளம்பிவிட்டான். அவன்தான் எட்டுப் பிள்ளைகளில் கடைசிப் பிள்ளை. அம்மாவுக்கு ஏதாவது ஒன்று என்றால் அவன்தான் கொள்ளி வைக்க வேண்டும். மற்றவர்கள் எல்லாம் திசைக்கு இருவராகக் கிளம்பி கிடை பார்க்கிறார்கள். கிடை பார்க்க ஊர் ஊராகச் செல்லும் போது வீட்டில் உள்ளவர்களில் யாருக்காவது உடல் நிலை சரியில்லை என்றால் குறிப்பிட்ட நாட்கள் கழித்து, கிடையில் இருந்து கிளம்பி, ஊருக்கு யாராவது ஒருவர் வருவதுதான் வழக்கம். ஆனால் அம்மாவின் உடல்நிலை ரொம்ப மோசமாக இருப்பதாக ஊரில் இருந்து மாட்டுக்கிடை ஓட்டி வந்த பொன்னுசாமியை நேற்று எதேச்சையாக முள்ளியில் பார்த்தபொழுது அவன் சொன்னதால் வேலா கிளம்ப வேண்டியதாயிற்று.

ஆயன் எப்பொழுதும் வைத்திருக்கும் கவைக்குச்சி கட்டியிருக்கும் தொரட்டியைத் தன் சார்பாக வேலாவிடம் கொடுத்துவிட்டு, அவனுடைய கொக்கைத் தொரட்டியை வாங்கிக் கொண்டான். பெற்ற தாய் இறந்தாலும் கிடையை விட்டுவிட்டு ஒரே நேரத்தில் இரண்டு பேர் போக முடியாது. நினைக்கும்போதே துக்கம் தொண்டையை அடைத்தது ஆயனுக்கு. ஆயனின் அத்தனை கேள்விகளுக்கும் பில்லிதான் பொறுமையாக பதில் சொல்லிக்கொண்டிருப்பாள். ஆயனுக்கு வலுவும் அதிகம், அறிவும் அதிகம் என்பாள் அடிக்கடி. அவளுக்கு எல்லா பிள்ளைகளும் ஒன்றுதான் என்றாலும் ஒரு தோழியைப் போல அவளுடன் உரையாடிக் கொண்டு இருப்பவன் ஆயன்.

வாகைமரத்தின் கிளையில் மரகதப்புறா ஒன்று தனது கூட்டில் குஞ்சுகளோடு உட்கார்ந்திருந்தது. அது மரகதப்புறா என்பதை பில்லிதான் ஒருமுறை அடையாளம் காட்டிச் சொன்னாள். அதன் இறகுகள் பசேலென்று மயில்தோகை நிறத்தில் இருந்தன. அம்மாவுடன் பார்த்த அன்றைக்கு அது குஞ்சுகளோடு வாய்வைத்துக் கொஞ்சிக்கொண்டிருந்தது.

“அது கொஞ்சலைடா... பால் கொடுக்குது... மனுசங்க மாதிரியே குஞ்சுக பொறந்தவுடனே அதுங்க தொண்டையிலே பால் சுரக்கும்... அதைத்தான் குஞ்சுக வாய் வச்சிக் குடிக்குதுங்க... குஞ்சுக தானா இரையைக் கொத்திச் சாப்பிடறவரைக்கும் தாய்ப் பறவை தானியம்

சாப்பிடாதுங்க.. தொண்டையிலே தானியம் அடைச்சிக்கிட்டா பால் சுரக்காதில்லே... அதுவரைக்கும் தாய்ப்பறவை பட்டினிதான்."

ஆட்டுப்பாலுக்கும், வயலுக்கு உரமாகிற ஆட்டுப்புழுக்கைக்கும் கிடைக்கும் கேழ்வரகோ, கம்போ, கஞ்சியாக மாறும் நாள் அவர்களுக்குத் திருவிழாதான். ஆனாலும் அம்மாவுக்கு மிச்சம் இருக்காது. எல்லாப் பிள்ளைகளும் சாப்பிட்ட பிறகு சட்டி வெறுமையாகத்தான் இருக்கும். தழை பறிக்கப் போகும்போது கிடைக்கும் முருங்கைக் கீரையையோ, அகத்திக் கீரையையோ கூட்டாக்கி சாப்பிட்டுவிட்டுப் படுத்துவிடுவாள். ஒரு நாளாவது அவளுக்கு ஒரு குவளைக்கஞ்சியை ஆசைதீரக் குடிக்கவைத்துப் பார்க்க வேண்டும் என்கிற எண்ணம் இன்றுவரை நிறைவேறவேயில்லை.

"ஏம்மா உனக்கு பில்லின்னு பேரு வச்சாங்க?"

"அது நம்ம குலசாமி பேருடா... என்னிக்காச்சும் ஒருநாளு உங்களை எல்லாம் அங்க கூட்டிட்டுப் போகணும்னு ஆசை... ஆடுங்க வாலைப் பிடிச்சுக்கிட்டுத்தான் நீங்க எல்லாம் நிக்கக் கத்துக்குவீங்க... உங்களுக்கு எல்லாம் நடக்கத் தெரிஞ்சிட்டாலே போதும் கெடைக்கு அனுப்பிடுவாரு உங்க அப்பா... அப்புறம் எங்க கோயிலுக்குப் போறது? எட்டுப் பிள்ளைக... வயித்தைக் கழுவணும்லே."

சல்லிவன் துரையைப் பார்க்க நாலைந்து பேர் வந்தார்கள். வேதக்கார சாமியார் சல்லிவனிடம் வந்து நெஞ்சின் குறுக்கேயும், நெடுக்கேயும் கைகளால் ஏதோ செய்தார். அருகில் இருந்த இரண்டு பேர் துரையின் கைகளைப் பிடித்து மிகச் சோகமாக முகத்தை வைத்துக்கொண்டு ஆறுதல் சொல்லுவது போல எதையோ சொன்னார்கள். சல்லிவனின் கண்களில் இருந்து கண்ணீர் வழிந்தோடியது. பிறகு சாமியார் கைகளை முன்பக்கம் கட்டியபடி தலை குனிந்தவாறே சப்தமாக பிரார்த்தனை செய்தார்.

பட்டுவேட்டி, பட்டுச்சட்டை, சரிகை தலைப்பாகை அணிந்த உள்ளூர் பெருந்தனக்காரர் தாத்தநாடு ஊர்த் தலைக்கட்டு ராமய்யா தழுதழுக்கும் குரலில், "மாட்சிமை பொருந்திய கோயம்புத்தூர் ஜில்லா கலெக்டர் சல்லிவன் பிரபு, உங்கள் உறவுகளின் இழப்பை

எப்படி ஈடுசெய்வது என்று புரியவேயில்லை. மேன்மை பொருந்திய தங்களது துணைவியார் மேடம் ஹென்ரிட்டா கடவுளின் கருணைப் பாதங்களில் அடைக்கலமான ஒரு வாரத்திற்குள் தங்களது மகள் ஹாரியட்டையும் இழந்துவிட்டீர்களே... இந்த ஒத்தகமந்து மக்களுக்கும், ஊருக்கும் எத்தனையோ நல்ல காரியங்களைச் செய்து தந்திருக்கிறீர்கள். தாங்கள் அமைத்துத் தந்த சாலையில்தான் நாங்கள் சிறுமுகையில் இருந்து குதிரை வண்டியில் வசதியாகப் பயணித்து வந்திருக்கிறோம்" துபாஷி அதை மொழிபெயர்த்துச் சொன்னதும், சல்லிவன் குலுங்கிக் குலுங்கி அழ ஆரம்பித்தார்.

"கடவுளே ஏன் இவருக்கு இப்படி ஒரு தீராத துயரத்தைக் கொடுத்தாய்? மாட்சிமை பொருந்திய பிரபு, தாங்கள் வெட்டி வைத்த ஏரியின் நீரை, இந்தச் சிறிய செம்பில் எடுத்து வந்திருக்கிறேன். எங்களைப் பொறுத்தவரை அது புனித நீர். அவர்களின் கல்லறைகளில் தெளியுங்கள்" சல்லிவனின் உதவியாளர் ஆர்தர் அதை வாங்கிக்கொண்டார். அப்பொழுது சல்லிவனின் வயதான வளர்ப்புத் தாயார் மார்க்கரெட் உள்ளிருந்து வெளியில் வந்தாள். வேதக்கார சாமியைப் பார்த்ததும், கண்ணீர் சடசடவெனப் பெருகியது அவளுக்கு

"சேசுவே... எனக்கு ஏன் இப்படி ஒரு கொடுமை ஃபாதர்... இத்தனை வயதில் நான் எதுக்கு இந்த உயிரைச் சுமக்கணும்?... அழுகிப்போன கனி நானிருக்க... இளம் பிஞ்சுகளை எதுக்கு எங்களிடமிருந்து பறிக்கணும்..."

"அவர்கள் கர்த்தரின் ஆத்மாவுக்குள் நித்திரை கொண்டார்கள். அதுதான் கர்த்தரின் விருப்பமாக இருந்தால் நாம் அதை ஏற்றுக்கொள்ளத்தான் வேண்டும் அம்மா."

ஆயனுக்கு அவர்கள் பேசியது பெரும்பாலும் புரியவில்லை. ஆனால், உணர முடிந்தது. அம்மாவின் நினைவு வந்தது. ஒரு கணம் மனம் தடுமாறியது. குலசாமி கண் முன் வந்து தன் அகன்ற விழிகளை உருட்டி உருட்டி அதட்டுவது போலத் தோன்றியது. ஏற்கனவே இரண்டு உயிர்களை இழந்து தவிக்கும்போது எப்படி இன்னொரு பலி கொடுப்பது? தாயிருக்கையில் மகனைக் கொல்வது தர்மமா? அம்மா பில்லி என்னை ஏன் இந்த இக்கட்டில் நிறுத்தினாய்.

இல்லாதுபட்டவர்களின் கண்களுக்கு முன்னால் மட்டும் ஏன் எப்பொழுதும் நியாயத்தின் தராசு ஆடிக்கொண்டே இருக்கிறது? உலகின் மிக அதிகமான பாரம் கொண்ட கருணையை நாங்கள் மட்டும்தான் சுமந்துகொண்டே இருக்கவேண்டுமா? அம்மா பில்லி... இரக்கத்தின் தேனடையை ஏன் சமமாகப் பிரித்துத் தர மறுக்கிறாய்?

'மே' திடீரென்று ஒலித்த குரல் வந்த திசையைப் பார்த்தார் சல்லிவன். அங்கே பொன்னி கட்டப்பட்டிருந்தாள். கோபமான சல்லிவன் ஆங்கிலத்தில் "யார் இந்த வேலையைச் செய்தது? அதை அவிழ்த்துவிடுங்கள். மடியைப் பார்த்தால் தெரியவில்லையா? பால் கொடுக்கும் தாய் அல்லவா அது? எவ்வளவு நல்லது செய்து என்ன பயன்? எத்தனைத் தாயை, குட்டியிடமிருந்து பிரித்தேனோ இன்றைக்கு மனைவியையும், மகளையும் இழந்தேன்" மறுபடியும் அழுதார்.

ஆர்தர் பயந்து ஓடிப்போய் பொன்னியை அவிழ்த்துவிட்டான். அது ஏற்கனவே குட்டி இருக்கும் இடத்தைப் பார்த்துவிட்டது போல பவழமல்லி இருக்கும் பக்கம் பாய்ந்து ஓடி வந்தது. சில பேருக்கு கருணையை, தண்டனைகள் வழியே பில்லி கற்பிக்கிறாள் போலிருக்கிறது.ஆயன் வாகை மரத்தை நிமிர்ந்து பார்த்தபடியே அமர்ந்திருந்தான். அவன் நினைத்தது போலவே மரகதப்புறாவின் குஞ்சுகள் தாயின் அலகில் வாய்வைத்துப் பாலருந்தத் தொடங்கின.

ஊரில் தொரட்டிக்கழியைப் பிடித்தபடியே படுத்திருந்த பில்லி நினைவு தப்பினாலும் "ஆயன் இன்னுமா வரலை?" என்று வாசல் தட்டியைப் பார்த்தபடி முனகினாள். அவள் கண்களில் அவளது உயிர் பிடிவாதமாக ஒட்டிக்கொண்டிருந்தது.... ஒருவேளை அடுத்த முறைக்கு ஆயன் வரட்டும் என்று காத்திருக்கிறதோ என்னவோ?

(பேசும் புதிய சக்தி இதழ் நடத்திய சிறுகதைப் போட்டியில் சிறப்புப் பரிசு பெற்ற சிறுகதை)

வீடு திரும்புதல் ...

லக்வீர் சிங் லக்காவின் ஆஜானுபாகுவான தோற்றத்தில் இருசக்கர வாகனம் ஓர் எலியைப் போல காட்சியளித்தது. அவருக்குப் பின்னே அமர்ந்திருந்த மகேந்திரனை, முன்னாள் வருபவர்கள் பார்ப்பதற்கான வாய்ப்பே இல்லை. பரந்த ஆலமரத்துக்குப் பின்னே ஒளிந்திருக்கும் சிறு குருவி போல அமர்ந்திருந்தான் மகேந்திரன். லக்வீர் இருக்கும் தோரஹாவிலிருந்து லூதியானா 21 கி.மீட்டர் தூரம்தான். இருசக்கர வாகனத்திலேயே போய்விடலாம் என்று லக்வீர்தான் சொன்னார்.

லக்வீர் எப்பொழுதும் போல வழிநெடுக கைகளை ஆட்டிக்கொண்டே பேசியபடி வந்தார். அவரது கையில் அணிந்திருந்த தங்கத்தாலான தோடா அவரது கையசைவுக்கு ஏற்ப முன்னும் பின்னும் ஏறி இறங்கியது.

“பிந்த்ரா காலனி முழுக்க மதராசிங்கதான். வீடு, நிலம் எல்லாம் வாங்கி செட்டிலாயிட்டாங்க. கடுமையான உழைப்பாளிகள். கொஞ்ச நேரம் கிடைச்சா கூட போதும் ஏதாவது காசு பாக்கலாம்னு கிளம்பிடுவாங்க. உடல் உழைப்பை அதிகம் விரும்ப மாட்டாங்க. ஆனா எந்த டைம்ல என்ன பிசினஸ் பண்ணினா சம்பாதிக்கலாம்னு வித்தை தெரிஞ்சவங்க. உங்க மில்லுக்கு ஜலந்தர்லேயே ஆள் கிடைக்கலையா?”

"இல்லை லக்வீர், சம்பளம் அதிகம் கேக்கறாங்க. இல்லைன்னா எட்டுமணி நேரம்னா எட்டுமணி நேரம்தான். அதுக்கு மேலே கொட்டிக்குடுத்தாலும் வரமாட்டேன்னு போயிட்டே இருக்காங்க."

"உண்மைதான் எங்க ஊர்க்காரவங்களுக்கு வீடுதான் கோயில். எங்க சுத்தினாலும் அம்மாகிட்ட ஓடி வர்ற பிள்ளைங்க மாதிரி நேரத்துக்கு வீடு திரும்பணும். பிந்த்ரா காலனி ஆளுங்களை நீங்க கூட்டிக்கிட்டுப் போய் தங்கறதுக்கு இடமும், நியாயமான சம்பளமும் குடுத்தீங்கன்னா பேய் மாதிரி உழைப்பாங்க. இப்ப தங்கி இருக்கிறது அவங்களுக்கு அது ஓய்விடம்தான். அவங்களுக்கு வீடு திரும்புதல்னா சொந்த ஊருக்குப் போறதுதான்."

"ஆமாம் உண்மைதான். ஜலந்தர்லதான் எனக்கு வீடு. ஆனாலும் எங்க சொந்த ஊருக்குப் போறதுதான் உண்மையிலேயே எனக்கு சந்தோஷமான தருணம்."

"இங்க இருக்குற மதுராசிங்க எல்லாத்துக்கும் நாள், சகுனம் ராசி பாப்பாங்க. நான் இந்த சகுனம், ராசி எதையும் நம்பறதில்லை மகி. அதெல்லாம் சுத்த ஏமாத்து வேலை."

"சாஹ்ன்வெல் வந்துவிட்டது மகி.... சாஹ்ன்வெல் புகழ் சப்பாத்தி சாப்பிட்டு இருக்கீங்களா?" என்று கேட்டுக்கொண்டே பதிலை எதிர்பாராமல் ஒரு ரொட்டிக் கடையில் வண்டியை நிறுத்தினார். மிகப்பிரம்மாண்டமான அடுப்பில் மிக மிகப் பிரம்மாண்டமான கல்லில் ஒரு பெரிய தாமரை இலை அளவில் ரொட்டிகளைச் சுட்டு அடுக்கிக்கொண்டு இருந்தனர். அது மஸ்லின் துணியைப் போல மெல்லியதாக வளைந்து நெளிந்து தட்டில் விழுந்ததைப் பார்க்க அழகாக இருந்தது.

தனக்கு ஒரு தட்டும், மகேந்திரனுக்கு ஒரு தட்டுமாக சப்பாத்திகளைச் சுடச்சுட ஆர்டர் செய்து, அதனை வேகமாகச் சாப்பிட ஆரம்பித்தார் லக்வீர்.

"வருடம் 365 நாளும், மூன்று வேளையும் சலிக்காமல் சப்பாத்தி, ரொட்டி, பராத்தா, பரந்தா என்று ஒரே மாதிரி சாப்பிடுகிறீர்கள். எப்படி உடம்பு ஒத்துக்கொள்கிறது? நினைத்தால் விசித்திரமாகவும், குழப்பமாகவும் இருக்கு."

"சப்பாத்தி உங்களை மட்டுமா குழப்பியது. பிரிட்டிஷ்காரன்களையும்

குழப்பி இருக்கு. 1857 ஆம் வருஷம்னா உங்களுக்கு எல்லாம் சிப்பாய்க் கலகம் ஞாபகம் வரும். ஆனா அதே வருஷம் ஒரு மர்மமான சப்பாத்தி இயக்கம் நடந்தது. இரவு நேரத்துல ஓடத்தெரிந்த இளைஞர்கள் சப்பாத்திகளைக் கையில் எடுத்துக்கொண்டு, முடிந்தவரை அடுத்த ஊருக்குக் கொண்டு சேர்ப்பார்கள். அதை வாங்கியவர்கள் இன்னும் கொஞ்சம் சப்பாத்திகளைச் சுட்டு அதையும் சேர்த்துக்கொண்டு அடுத்த ஊரில் சேர்ப்பார்கள்.

தாந்தியா தோப்பே, லஷ்மி பாய் மாதிரி பெரிய தலைவர்களும் கூட இதுல ஈடுபட்டாங்க. சப்பாத்தி சங்கிலி மாதிரி டெல்லி வரைக்கும் போய்க்கிட்டே இருந்துச்சு."

"அதனால என்ன பிரயோஜனம்?"

"பிரிட்டிஷ்காரர்கள் சப்பாத்திகளைப் பிரிச்சு மேஞ்சுட்டாங்க... ஏதாவது சங்கேதக் குறியீடோன்னு பயந்துட்டாங்க சப்பாத்திக்குள்ளே ஏதாவது பேப்பர், சங்கேத வரிகள் இருக்குதான்னு பிச்சிப் பிச்சிப் பார்த்தாங்க..

பிரிட்டிஷ் அதிகாரிங்க, ராணுவம், உளவுப்படை எல்லாத்தையும் குழப்ப குன்வர்சிங் அப்படீங்கற கொரில்லாப் போராளிதான் இதைப் பண்ணிக்கிட்டு இருக்காருன்னு ஒரு வதந்தி. ஒண்ணும் கண்டுபிடிக்க முடியலை. நாலஞ்சு மாசமா இது நடந்தது. அப்புறம் சப்பாத்தியை ஊர் மாற்றி ஊர் எடுத்துச்சென்றால் அந்த ஊர் செழிக்கும்னு பழங்குடிகளின் நம்பிக்கை. அதனால இப்படிப் பண்றாங்கன்னு யாரோ ஒரு அதிகாரி ரிப்போர்ட் எழுதிக் கதையை முடித்தார். இப்படி எழுதறவங்களாலதான் நம்ம இந்திய மக்களை வெளிநாட்டவர்கள் ரொம்ப மட்டமா நினைக்கறாங்க... இன்னும் கொஞ்சம் ரெய்த்தா" என்று வாங்கிப் போட்டுக்கொண்டார்.

"பிரிட்டிஷ்காரன் தன்னால விளங்கிக்க முடியாததை எல்லாம் நம்ம மக்களோட மூடநம்பிக்கைன்னு நெனச்சான். நம்ம ஆளுக சிலபேரும் அப்படித்தானே இருந்தாங்க?" மறக்காமல் சப்பாத்தி, பராத்தா என எல்லாவற்றிலும் ஒன்றைப் பொட்டலம் கட்டி வாங்கிக்கொண்டார். மனுஷனுக்கு ஆசை தீராது போல என்று மகேந்திரன் நினைத்துக்கொண்டான்.

வண்டி பிந்திரா காலனியை அடைந்தபோது மாலை ஆறாகி இருந்தது. ஐந்து மணிக்கு தோரஹாவில் கிளம்பியது. நின்று, நின்று இங்கு வர ஒரு மணி நேரம் ஆகிவிட்டது. பிந்திரா காலனி வீதிகள் பார்ப்பதற்குத் தமிழ்நாட்டுத் தெருக்கள் போல இருந்தன. எங்கு பார்த்தாலும் தமிழ் முகங்கள். ஆனால் பஞ்சாபி மொழியில்தான் அதிகம் பேசினார்கள். சிலர் இந்தியில் பேசினார்கள். ஒருசிலர் மட்டுமே தமிழில் பேசிக்கொண்டார்கள்.

லக்வீர் மிகச் சிறிய குடிசையின் முன்பு நிறுத்தினார்... அதன் வாசல்புறத்தில் ஒரு முதியவர் அமர்ந்திருந்தார். இடுங்கிய கண்கள்... நீண்ட குறுகலான வெண்தாடி. தலைமுடியும் அதே வெண்மையில் நீண்டு வளர்ந்திருந்தது.

“வாப்பா சையத்... நல்லா இருக்கியா?” என்று பஞ்சாபியில் கேட்டார்.

“ஓ இன்னிக்கு என் பேரு சையத்தா? சரி... எப்படி இருக்கீங்க? சாப்பிட்டீங்களா?”

“எங்கப்பா... ஒண்ணும் சாப்பிடலை.”

சாலையில் சைக்கிள் தள்ளிக்கொண்டு போன சிறுவன் ஒருவன்,

“தாத்தா மறந்துட்டீங்க நாந்தான் உங்களுக்குக் காலையில ராஜ்மா சாவல் கொண்டுவந்து குடுத்தேன்,” என்று சொல்லியபடியே நடந்தான்.

“அட சாப்பிட்டுட்டேன் போல இருக்கு... ஆனா பசிக்குது சாம்பசிவம்.”

“காலையில சாப்பிட்டிருப்பீங்க... இந்தாங்க சப்பாத்தி, பராத்தா” என்று பார்சலை அவரிடம் தந்தார்.

“அது சரி எங்க வீட்டுக்கு, எப்ப நீ கூட்டிட்டு போறே?”

“உங்க வீடு எங்கே?”

“தெரியலையே.”

“இங்க யார் கூட வந்தீங்க?”

“அதுவும் தெரியலை.”

“சரி உங்க பேரு?”

“தெரியலை ஆனா எப்படியாச்சும் என்னை எங்க வீட்டுல கொண்டுபோயி சேர்த்துடு சலீம்... எங்க வீட்டுல என்னைத் தேடுவாங்கதானே... வீட்டை விட்டு வந்தா, நேரமா வீட்டுக்குப் போகணும்... இல்லே” என்று தமிழில் சொல்லிவிட்டுக் கைகளால் முகத்தை மூடிக்கொண்டு அழுதார்.

“மகி, இவருக்கு அல்சைமர். வயசு எண்பது ஆகுது. அவ்வளவுதான் இவரைப் பத்தித் தெரியும்... இவருக்கு எதுவும் ஞாபகம் இல்லை. எதைக் கேட்டாலும் தெரியலைன்னுதான் சொல்லுவார்... தமிழ்க்காரவங்க இங்க நிறைய இருக்கறதுனால பத்து வருஷத்துக்கு முந்தி யாரோ இங்க கொண்டுவந்து விட்டுட்டுப் போயிட்டாங்க. பாக்கறப்போ எல்லாம் தன்னோட வீட்டுக்குப் போகணும்னு சொல்லிக்கிட்டே இருப்பார். இங்க இருக்கறவங்க முடிஞ்சப்ப சாப்பாடு தர்றாங்க. இந்தக் குடிசை இந்தக் காலனிக்குப் பொது இடம். சரி சாப்பிடுங்க பெரியவரே.”

“பசிச்சவனைத் தேடி சப்பாத்தி வந்துடுச்சு... வீடு வருமா?” என்று அவசரமாகப் பிரித்துச் சாப்பிட ஆரம்பித்தார். ஒருகணம் அவரையே உற்றுப்பார்த்துவிட்டுப் பிறகு கிளம்ப ஆயத்தமானார் லக்வீர்.

அங்கிருந்து இன்னொரு வீட்டுக்கு அழைத்துச்சென்றார் லக்வீர். அங்கு இருந்தவர்கள் ஆரவாரத்துடன் லக்வீரைச் சுற்றிக்கொண்டனர்.

ஆட்கள் வேணும் என்னும் விஷயத்தைச் சொன்னதும் அந்த வீட்டில் இருந்த முருகவேல் என்கிற ஏஜெண்ட் “கவலைப்படாதீங்க ஜலந்தர்ல துணி மில்லுக்குத்தானே ஆளுங்க வேணும்? உங்களுக்கு எத்தினி ஆளு வேணும்னாலும் நான் ஏற்பாடு பண்றேன். துணி மில்லுல வேலை செஞ்ச ஆளுங்களே என்கிட்ட இருக்காங்க” என்று சுலபமாக வந்த வேலையை முடித்தார்.

உள்ளிருந்து ஒரு பெட்டியை எடுத்துவந்து “சார் நான் இப்ப சீன அதிர்ஷ்ட மோதிரம் வியாபாரம் பண்றேன். இது ராசி பார்த்துப் போடறது இல்லைங்க. யார் வேணுனாலும் போட்டுக்கலாம். ஃபெங்சுயி மோதிரம்... இநத நீலக்கல் ஃபெங்சுயி

மோதிரத்தை ஆட்காட்டி விரல்ல போட்டிங்கன்னா நினைச்சது நடக்கும்."

புலியிடம் புல்கட்டை விற்கப்பாக்கிறான் என்று மனதுக்குள் சிரித்துக்கொண்டான் மகேந்திரன். ஆனால், மிக அதிசயமாக அந்த மோதிரத்தைச் சொன்ன விலைக்கு வாங்கினார் லக்வீர். அந்த அதிர்ச்சியில் இருந்து மகேந்திரன் மீளவே இல்லை.

முருகவேலுவிடம் ஆட்களுக்கான அட்வான்ஸ்-ஐ கொடுத்துவிட்டுக் கிளம்பினார்கள். மறுபடியும் லக்வீர் அந்தப் பெரியவரிடம் அழைத்துச்சென்றார். அவரது ஆட்காட்டி விரலைப் பிடித்து அதில் அந்த நீலக்கல் மோதிரத்தை மாட்டிவிட்டார்.

"பெரியவரே இதைப் போட்டுக்கங்க. அதிர்ஷ்டமான மோதிரம். அப்பப்ப இந்த நீலக்கல்லைப் பார்த்துக்கிட்டே இருங்க உங்க வீட்டிலேர்ந்து உங்களைத் தேடிட்டு வந்துருவாங்க."

பெரியவர் முகத்தில் பேரானந்தம்... "அப்படியா வந்துருவாங்களா? ரொம்ப நன்றி சச்சிதானந்தம்... ஜொலிக்குது" என்று மகிழ்ச்சி பொங்க அடிக்கடி பார்த்துக்கொண்டார்.

வெளியே வந்ததும், "1857 ஆம் வருஷ சப்பாத்தி இயக்கம் எதுக்காகன்னு பிரிட்டிஷ் கவர்ன்மெண்ட் மண்டையைப் பிச்சிக்கிட்டாங்க. இன்னிக்கு வரைக்கும் அது மர்மமாத்தான் இருக்கு. ஆனா இந்தப் பெரியவர் ஈசியா அதுக்குப் பதில் சொல்லிட்டார் பாருங்க மகி" என்று ஆச்சர்யத்துடன் சொன்னார் லக்வீர்.

"அப்படியா? என்ன சொன்னார்?. நான் கவனிக்கலை..."

"சப்பாத்தி பசிச்சவனைத் தேடி வந்திருக்கு அப்படின்னு சொன்னார் பாருங்க. அந்தச் சப்பாத்திங்க ஒருவேளை அன்னிக்கு தில்லியில ரோட்டோரத்துல வாழ்ந்துகிட்டு இருந்த யாருமில்லாத ஜனங்களுக்குப் போயிருக்கலாம். இல்லை சுதந்திரத்துக்காகப் போராட மறைஞ்சு வாழ்ந்துகிட்டு இருந்த போராளிங்களுக்குப் போயிருக்கலாம். எப்படி இருந்தாலும் பசிச்சவனைத் தேடித்தானே போயிருக்கணும். வீடு திரும்புதல்தானே எல்லா மனிதனுக்குமான இலக்கு. அதுவரைக்கும் உயிர் இருக்கணும்லே.... இவரோட ஆன்மா உண்மையான அன்புக்கு ஏங்கிக்கிட்டு இருக்கு என்னிக்காவது

ஒருநாள் அந்தப் பசியைத் தீர்க்க இவரோட உறவுக்காரவங்க தேடிக்கிட்டு வரலாம். இப்பவும் முட்டாள்தனமான இந்தச் சீன ராசிக்கல் மேல எல்லாம் நம்பிக்கை இல்லை. ஆனா அதைப் போட்ட உடனே அவர் கண்ணுல ஏதோ ஒரு நம்பிக்கை ஒளி தெரிஞ்சுது. இந்த நம்பிக்கைகள், தீர்க்க முடியாப் பிரச்சினைகளின் தற்காலிகச் சமாதானங்கள். யாருக்கும் ஆபத்தில்லைன்னா விட்டுத் தொலைச்சிடலாம் அப்படின்னு தோணுது” என்ற லக்வீர் முகத்தில் காருண்யம் ஜொலித்தது. லக்வீர் பார்ப்பதற்கு இன்னும் உயரமாக, பிரம்மாண்டமாகத் தெரிந்தார்.

(நன்றி : குமுதம்)

விரல்களில் உயிர்க்கும் இறை

“சந்தானம், இதைப் பார்த்திருக்கியா?” ஆதிமூலம் காட்டிய இடத்தில் சதுர வடிவ கருங்கல் உள்ளே வட்ட வடிவ குழியாகச் செதுக்கி இருந்தார் ஆதிமூலம்.

“ஆமா வட்டமா இருக்கு. ஆனா... டிசைன் எதுவும் இல்லை.”

“பக்கத்து ஊர் அரிமளத்துல ஒரு சிவன் கோயில் கட்டறாங்கன்னு சொன்னேன்லே அதுக்கு மூலவர், உற்சவர் சிலை எல்லாம் நம்ம சிற்பக்கூடத்துலதான் செய்றோம். இதைப் பிராகாரத்துல பதிக்கச் சொல்லி நான்தான் யோசனை சொல்லி இதையும் செஞ்சிகிட்டு இருக்கோம்.”

“இந்தக் காலத்துல டைல்ஸ், கிரானைட் மார்பிள் அப்படின்னு போயிட்டு இருக்காங்க... இப்பப் போயி கல்லுல இதைச் செய்றே... இதை எப்படி வப்பாங்க?”

“அவங்களுக்கு டைல்ஸ், கிரானைட் போடற அளவுக்குத் தொகை வசூலாகலே... சாதா சிமென்ட் தரைதான் போடப்போறாங்க இந்தக் கல்லுக நம்மகிட்ட இருந்துச்சு. இது ஒண்ணும் அதிக வெலை கிடையாது. அதனால ஒத்துக்கிட்டாங்க.”

சந்தானம் அதன் அருகில் சென்று அதை வருடிப் பார்த்தான். எதிர்பார்த்தது போல சொரசொரவென்று இல்லை. வழுவழுப்பாகத்தான் இருந்தது. “ஆமா இதை எதுக்கு வைக்கச் சொன்னீங்க?”

“கரண்ட் செலவைக் கொறைக்கத்தான்.”

சந்தானம் வயிற்றைப் பிடித்துக்கொண்டு சிரித்தான். “என்னண்ணே வெளையாடறீங்களா? கண்ணாடியைத் திருப்புனா ஆட்டோ ஓடாது ஜீவாங்கற மாதிரி இல்லே இருக்கு. இதை வெச்சிக்கிட்டு எப்படி கரண்ட் செலவைக் கொறைப்பீங்க? மீட்டர் கணக்கு எடுக்க வர்றவன் தலையில போடுவீங்களோ?” சொல்லிவிட்டு மீண்டும் தன் இணையற்ற நகைச்சுவை உணர்வை எண்ணி, தானே சிரித்துக்கொண்டான்.

“இது பேரு வள்ளாவி பெரிய பெரிய கோயில்கள்ல அந்தக் காலத்துல, பிராகாரத்துல இந்தக் கல்லை வச்சிப் பதிச்சிடுவாங்க. குழியைச் சுத்தி தண்ணியை நெரப்பி நடுவுல அகல் விளக்கை வெச்சி, அதுல எண்ணெயை ஊத்தி வெளக்கேத்திடுவாங்க.”

“அப்படி செஞ்சா?”

“வெளக்கோட ஒளி தண்ணியில பட்டு அப்படியே ரிஃப்ளக்ட் ஆகும் அப்படிப் பிராகாரத்தைச் சுத்தி அங்கங்க வச்சோம்னா அப்படியே பிராகாரமே பிரகாசமா இருக்கும். எலக்ட்ரிக் லைட் நிறையப் போடத் தேவையில்லை. இதுக்குப்பேரு வள்ளாவி.”

“என்னண்ணே நெசமாவா சொல்றீங்க?”

“அட ஆமாண்டா நீ தஞ்சாவூர் பெரிய கோயில். கும்பகோணம் பக்கத்துல இருக்குற தாராசுரம் ஐராவதீஸ்வரர் கோயிலுக்கு எல்லாம் போயிருக்கியா?”

“இல்லையே.”

“என்னமோ இந்த ஆத்தங்குடிக்கே ஓவியர் ராஜாரவிவர்மா நான்தான்னு சொல்லிக்கிறே.... அங்க போனதில்லே அப்படிங்கறே. உன்னை மாதிரி ஓவியம் வரையறவனும், என்னை மாதிரி செலை செய்யறவனும் கண்டிப்பா ஒரு தரமாச்சும் அங்க போகணும். வயசானவங்க காசி ராமேஸ்வரம் போற மாதிரி.”

கட்டியிருந்த வேட்டியை ஒருமுறை அவிழ்த்துத் திரும்பவும் கட்டிக்கொண்டே, “சும்மா போங்கண்ணே வெறுப்பேத்தாதீங்க... ஓவியனாம்... பட்டறைக்கு வந்து பாருங்க மட்டப்பலகையையும் கரணையையும் வெச்சிக்கிட்டு பூக்கல் செஞ்சிக்கிட்டு கெடக்கேன்.

ஓவியம்னா கலைண்ணே... இப்ப நீ பண்றியே செலை அதுவும் கலை. ஆனா நான் இரும்பு ஃபிரேம் வச்சிப் பூப்போட்ட கல்லை தோசை மாதிரி ஊத்திக்கிட்டு இருக்கேன். ஆத்தங்குடி டைல்ஸ்னு பேருதான் பெத்தபேரு. அவனவன் கால்ல மிதிப்பட்டு அது கண்றாவியா ஆவப்போகுது. நான் பண்றது காசுக்குப் பண்ற தொழிலுண்ணே." சவரம் செய்யாத பத்து நாள் தாடியை வரட் வரட் என்று சொறிந்துகொண்டான்

"கருவறையில தரைக்கல்லு போடாம சாமியை பீடத்துல உக்கார வெக்க முடியுமா?பூமாதேவியை நாம பண்ணாத அசிங்கமா? சாமின்னு கும்புடலே? தரையில கெடக்கறதால ஒண்ணும் மட்டமில்லே."

"இப்ப உன்னால கதிர்வேலு அண்ணன்கிட்ட சொல்ல முடியுமா? முடியாதா?"

"டீ சாப்பிடறீயா?"

"நான் ஒண்ணு கேட்டா நீ ஒண்ணு கேளு. சரி சரி ரெண்டு மசால் வடை சேர்த்துச் சொல்லு."

ஆதிமூலம் சிரமப்பட்டு சிரிப்பை அடக்கிக்கொண்டார். அப்படியும் அவர் கட்டியிருந்த தங்கப் பல் லேசாக வெளியே தெரிந்து பளிச்சிட்டது. திருத்தமாக முடிவெட்டி, மழுங்க சவரம் செய்து தூய வெள்ளைச் சட்டை, தேங்காய்ப்பால் மாதிரி வெளேரென்று வேட்டிகட்டி இருந்தார். அது அவரது பிடிவாதமான கொள்கை.... வியாபாரம் பண்ண வர்றவங்க முன்னாடி சுத்தபத்தமா நிக்கனும்டா அப்படிம்பார்.

"டே மருது... சட்டுன்னு போயி தங்கப்பன் கடையில எல்லாருக்கும் டீயும் வடையும் வாங்கிட்டு வா."

மருது தப்பிச்சோம்டா என்று மனசுக்குள் நினைத்தபடி அவசரமாகக் கிளம்பினான்.

"அதுக்காண்டி நீ சொல்றதை எல்லாம் கேப்பேன்னு நெனச்சிக்காதே. எங்கப்பன் எதுக்கு உன்னைப் பாக்கச் சொன்னிச்சின்னு எனக்குத் தெரியும். பத்தாங்கிளாஸ் படிக்கறச்சே நான் ட்ராயிங்ல டிஸ்ட்ரிக்ட் ஃபர்ஸ்ட். அப்புறந்தான் கெழவன் ஸ்கூலை விட்டு நிறுத்திட்டார். அதுக்கப்புறம் சிமென்ட், ஜல்லி, கரணை,

மட்டப்பலகை, ஆக்சைடு அப்படின்னு அதுங்கூடவே பன்னண்டு வருஷம் குப்பைக் கொட்டியாச்சு. எங்க அப்பாரு இதான் நமக்கு பரம்பரைத்தொழிலு- பாட்டன் வூட்டு சொத்துன்னு இமிசை கட்டி அடிக்கிறாரு. சிட்டியில மெஷின் கட்டிங்ல கண்ணுல ஒத்திக்கற மாதிரி ஆயிரம் டிசைன்ல டைல்ஸ் கொண்டு வந்து மூலா மூலைக்கு எறக்கறானுங்க... இன்னும் நாமதான் ஆத்தங்குடி டைல்ஸ் தாத்தன் வூட்டு பவுசுன்னு கொழப்பிக்கிட்டு இருக்கோம்."

"அதுக்குன்னு ரொம்ப பொலம்பாதே சந்தானம்... இன்னமும் நம்ம ஆளுங்க வெளியூருக்கு எல்லாம் ஆர்டர் புடிச்சு அனுப்பிட்டுத்தான் இருக்காங்க."

"அதை வெச்சி எல்லாம் இனுமே பொழைப்பு ஓட்டமுடியாதுண்ணே. இன்னிக்கு மனுசங்க சம்பாதிக்கறது எல்லாம் சாப்பாட்டுக்குன்னு நெனச்சீங்களா?அதுக்கு தம்மாத்துண்டு போதும் ஆடம்பர செலவுக்குத்தான் உசுரைக் கொடுத்து சம்பாதிக்க வேண்டியிருக்கு போனுக்கு செலவு பண்ற காசுல ஒரு குடும்பம் உக்காந்து சாப்புடலாம்" அதற்குள் மருது டீ எடுத்து வந்திருந்தான். மசால் வடையை ஒரு பக்கம் கடித்தபடி இன்னொரு கையில் இருந்த டீயை ஒரு மடக்கு குடித்தான் சந்தானம்

"பாத்துடா தங்கப்பன் பச்சை மொளகாயை நீட்டுக்கா அப்படியே போட்டுடுவான். சரக்கு போடறவன் எல்லாம் இங்கதான் வருவானுங்க... வடை வாங்க."

"அதுக்குத்தான் அந்தப் பக்கம் ஒரு கடி.... இந்தப் பக்கம் ஒரு குடி" என்று மறுபடியும் அட்டகாசமாகச் சிரித்தான் "மொறைக்கார பொண்ணுங்க ஒர்த்தியும் கட்டிக்க மாட்டேன்னு அழிச்சாட்டியம் பண்றாளுவ அண்ணே" என்றான் சலிப்பாக முகத்தை வைத்துக்கொண்டு

"ஏன் ஒனக்கென்ன கொறைச்ச?"

இரண்டு கைகளையும் அவருக்கு முன்பாக நீட்டினான். "கை ரெண்டையும் பாரு பொத்தல் உழுந்துடுச்சு... வெரல் இடுக்குல எல்லாம் வாரிமண்ணும், சிமெண்ட்டு பாலும்தான் குடி இருக்கு.... சோத்தை வாயில வெச்சா சிமெண்ட்டைத் தின்ற மாதிரியே இருக்குண்ணே... இப்பமே ரேகை அழிஞ்சி போச்சு... குட்டம் புடிச்சவன் மாதிரி கையை மறைச்சுக்கிட்டு பேச வேண்டியிருக்கு..."

“நாம படிச்ச படிப்புக்கு அப்புறம் ஐ டி கம்பெனியிலேயா வேலை கெடைக்கும்?”

“தெரியிதுல்லே தெரியிதில்லே.... அப்புறம் பரம்பரைத் தொழிலு பம்பரம் வுடற தொழிலுன்னு எதுக்கு வாய்ச்சவடால்ங்கறேன்? கதிர்வேலு அண்ணன் திருப்பூர் முழுக்க எல்லா செவுத்துலேயும் படம் வரைஞ்சி தள்ளுதாம். பத்துப் பேர் அவர்கிட்ட வேலை செய்யறாங்களாம். ரோட்டுல போற வர்றவங்க எல்லாம் நின்னு, கண்ணுல ஒத்திக்கிட்டு போறாங்களாம். அடுத்தாப்புல சென்னைக்கு வான்னு கூப்புடறாங்களாம் சின்னக்கோண்டு திருப்பூர்லேயே அவ்வளவு செவுரு. சென்னை... கேக்கணுமா வருஷம் பூரா வேலை இருக்கும்ணே... என் வெரலுக்குள்ள ஓவியம் மூச்சுத் தெணறிக்கிட்டு இருக்குண்ணே... எங்கப்பா என்னடான்னா அதும் கழுத்தைப் புடிச்சி நெரிக்கிறாரு.”

“அவரு எழுதப்படிக்கத் தெரியாதவரு... அவரே ஆத்தங்குடி பூக்கல்லுக்கு பிரமாதமா டிசைன் மோல்ட் ரெடி பண்றாரு. நீ ஓவியருங்கறே இன்னும் பிரமாதமா பண்ணலாம்லே. தொழில்ல உன் ஓவியத் தெறமையைக் காட்டு.”

“நான் பொன்னு ஆசாரி மாதிரி ஐம்பொன் செலை பண்ணுவேன்னு சொல்றேன் நீ என்னடான்னா மரப்பாச்சி செய்வியான்னு கேக்கறே.”

“அதுசரி, உன்னை ஒண்ணும் கேக்கலை சாமி... ஆமா... உன்னை பொண்ணுங்க புடிக்கலைன்னு சொல்லிட்டா ஓவந்து போறே ஆனா அந்த கோமதி புள்ளை உனக்காகவே உசிரை கண்ணுல வெச்சிக்கிட்டு வாழ்ந்துகிட்டு இருக்கு. அந்தப் பக்கம் திரும்பாம மெதப்பா போயிட்டு இருக்கே.”

சட்டென்று சகலமும் நின்றது போல இருந்தது சந்தானத்துக்கு...

“அந்தக் கதை வேணாம்ணே இப்ப எதுக்கு?.”

“ஏன் நல்லா படிச்ச கம்ப்யூட்டர் இஞ்சினியர் பொண்ணா பாக்கறியா?”

“சும்மா கலாய்க்காதே... நான் சிமெண்ட்டு பவுடர்-குள்ள கையை வுட்டுக்கிட்டு இருக்கேன் அது தறி குழிக்குள்ள காலை வுட்டுக்கிட்டு இருக்கு வெளங்குமா? கானாடுகாத்தான்

தறியிலே கண்டாங்கி சேலை நெய்யுறவளைக் கட்டிக்கிட்டா கல்யாணத்துக்குப் பொடவை செலவு இல்லை அவ்வளவுதான். அதை வுடமாட்டாளாம்."

சந்தானத்தின் அலைபேசி அடித்தது. ஒலியை அதிகம் வைத்துப் பேசினான்.

"சொல்லு முருகா."

"ஒன் மச்சானுக்கு ரொம்ப முடியலை... இன்னிக்குக் காலையில ஒடம்பெல்லாம் மஞ்ச பூத்துடுச்சுண்ணே. ஒடம்புல கையால தடவுனா பவுடர் மாதிரி மஞ்சள் மஞ்சளா கொட்டுதுண்ணே ஒடனே வாங்கண்ணே" என்று முருகன் பதட்டமாக சொன்ன உடனே ஆதிமூலம் "என்னோட வண்டியில போயிடலாம் வெரசா போயிடும் கெளம்பு" என்று சொல்லிவிட்டு யோசிக்கக் கூட நேரம் தராமல் தன் என்ஃபீல்டு பைக்கை கிளப்பினார். அப்பாவுக்கு போனில் தகவல் சொல்லிவிட்டு பின்னால் ஏறிக்கொண்டான் சந்தானம். வண்டி கானாடுகாத்தானுக்குக் காற்றாய்ப் பறந்தது.

அக்கா வீடு அல்லோலகல்லோலமாக இருந்தது. தெருவே அவர்கள் வீட்டில் கூடி இருந்தார்கள் ஆளாளுக்கு ஒரு ஆஸ்பத்திரியைச் சொன்னார்கள். கூட்டத்தை விலக்கிவிட்டு ஆதிமூலம் சற்று அதிகாரமாக, "எல்லாம் வெலகுங்க எல்லாத்தையும் நான் பாத்துக்கறேன்" என்று சொல்லிவிட்டு தனக்குத் தெரிந்த நண்பருக்கு போன் செய்து காரை வரச்சொன்னார்.

உள்ளூர் ஆள் ஒருத்தர் "பிள்ளையார்பட்டிகிட்டே மருதங்குடியில ராஜமாணிக்கம்னு ஒரு வைத்தியர் இருக்கார். முதலை கடிச்சா கூட அவரு ஏதோ ஒரு மருந்தைக்குடுத்து காப்பாத்திடுவார்."

பக்கத்தில் நின்றிருந்த தடியான ஆள் "ஏங்க அவரு வெஷக்கடிக்கு மருந்து குடுக்குறவரு... இது என்ன வெஷக்கடியா? பாக்க ரொம்ப சீரியஸா இருக்காருப்பா... ரங்கன் ஹாஸ்பிட்டலுக்கு கூட்டிட்டு போங்கப்பா எப்பிடியும் காப்பாத்திடுவாங்க"

"நான் அப்பவே சொன்னேங்க மஞ்சக் காமாலைக்கு இங்கிலீஷ் வைத்தியம் எல்லாம் சரிப்படாது. நாட்டு மருந்து சாப்பிடணும்னு சொன்னேன். பாண்டிதான் கேக்கலைங்க" என்று இன்னொருவர் குற்றப்பத்திரிகை வாசித்தார்

“தயவுசெஞ்சு இப்ப யாரும், யார் மேலேயும் குத்தம் சொல்லாதீங்க எல்லாத்தையும் நாங்க பாத்துக்கறோம்” கடுப்பாகச் சொன்னார் ஆதிமூலம். பத்து நிமிடத்தில் கார் வந்தது. சந்தானத்தின் அக்காவையும், மச்சானையும் ஏற்றிக்கொண்டு இருவரும் கிளம்பினர் டிரைவரிடம் “கழனிவாசல் போப்பா” என்றார் ஆதிமூலம்

“கழனிவாசலா? அங்க எதுக்குண்ணே?”

“அங்கதாண்டா பெரியநாயகசாமின்னு ஒரு நாட்டு வைத்தியரு இருக்காரு அவருதான் எனக்குத் தெரிஞ்சு மஞ்சக்காமாலைக்கு மருந்து குடுக்கறதுல பேர் வாங்குனவரு அவரை மீறி எருமைக்காரன் வந்துட மாட்டான்.”

“அண்ணே மச்சான் ஒடம்பு ரொம்ப மோசமா இருக்குண்ணே இதுல போயி எதுக்குண்ணே ரிஸ்க் எடுக்கணும்? செலவு ஆனாலும் பரவாயில்லை... டாக்டர் ரங்கசாமி ஹாஸ்பிட்டலுக்கே போயிடலாம்.”

“போடா புண்ணாக்கு... செலவுக்கு பாக்கற ஆளா நானு...? இங்கிலீஷ் வைத்தியத்துல மஞ்சக்காமாலைக்கு ஏதுடா மருந்து? காலம்காலமா நாட்டு வைத்தியத்துக்குதான் அது கட்டுப்படும். அதெல்லாம் ஒண்ணும் பயப்படாதே. அவரு பாத்துக்குவாரு. நீ வண்டியை வேகமா ஓட்டு தொரை” என்று டிரைவரை அவசரப்படுத்தினார்.

அக்கா வேறு ஓயாமல் அழுதுகொண்டே வந்தாள். படுத்திருந்த பாண்டி மச்சானின் உடலில் வேர்வை பெருகி ஓடிய போது மாட்டுப்பொங்கலுக்கு வயசுப்பிள்ளைங்க வீசின மஞ்சத்தண்ணி வழிந்து ஓடுவது போல இருந்தது. படுக்கையிலேயே சிறுநீர் கழித்துவிட்டார். சூடுகண்ட வண்டி மாடு பெய்வது போல அது மஞ்ச மஞ்சேள் என்றிருந்தது. பாண்டிக்கு தான் படுக்கையில்தான் சிறுநீர் கழிந்திருக்கிறோம் என்று கூடத் தெரியவில்லை. வயிறு வேறு வீக்கமாக இருந்தது. உடம்பு நன்றாக இருந்தால் தெருவோரம் நின்றுகொண்டெல்லாம் போகமாட்டார். வேட்டியை மடித்துக் கட்டிக்கொண்டு கண்காணாத மறைவிடத்துக்கு ஓடுவார். சந்தானத்துக்கும் இப்பொழுது கண்ணீர் தளும்பியது.

கழனிவாசலில் பெரியநாயகசாமி வீடு நெருங்கியபோது கூட்டமே இல்லாமல் வெறிச்சோடிக் கிடந்தது. அதைப் பார்த்ததுமே ஆதிமூலத்துக்கு பக்கென்று இருந்தது. வழக்கமாக அவர் வீட்டில் கூட்டம் திமிறும். என்னடா இது இப்படி கெடக்கு என்று மனதுக்குள் நினைத்துக்கொண்டார். ஒருவேளை அவர் ஊரில் இல்லையோ?

வண்டி நின்றதும் “நீங்க எல்லாரும் வண்டியிலேயெ இருங்க நான் உள்ளப் போயி சொல்லிட்டு வர்றேன்” என்று ஆதிமூலம் இறங்கினார்.

“நானும் வர்றேன்ணே” என்று சந்தானமும் உடன் இறங்கினான்.

இவர்கள் வீட்டு வாசலுக்கு முன்பாகச் சென்றபோது வெள்ளைப் பேண்ட்டின் உள்ளே வெள்ளைச் சட்டையை நேர்த்தியாக உள்ளிட்டு, திருத்தமாகத் தலைவாரி பார்ப்பதற்கே மிடுக்காக இருந்த இளைஞன் வீட்டுக்குள்ளிருந்து வெளியே வந்தான். சந்தானத்தை விட வயதில் இளையவனாகத் தோன்றினான். கையில் தோல் பை. காலில் பளபளக்கும் ஷூ... அந்த அவசரத்திலும் அதில் முகம் பார்க்கலாம் போல இருந்தது.

“அய்யா இல்லீங்களா?” என்று தயங்கியபடி கேட்டார் ஆதிமூலம்.

“அப்பா சிவகங்கை போயிருக்காங்க. எங்க அத்தை அதான் அவரோட அக்கா தவறிட்டாங்க... பால்தெளி முடிஞ்சுதான் வருவாங்க என்ன விஷயம் சொல்லுங்க?”

“என்னண்ணே... இப்ப என்ன பண்றது? சிவகெங்கைக்குப் போயிடுவமா?”

“நீங்க விஷயத்தைச் சொல்லுங்க?” அந்த இளைஞன் பதறாமல் கேட்டான்.

“எங்க மச்சானுக்கு மஞ்சக்காமாலை ரொம்ப முத்திடுச்சு. உடம்பெல்லாம் மஞ்சள் மஞ்சளா பவுடர் மாதிரி பூக்குது. வயிறு வேற வீக்கம் குடுக்குது. பயமா இருக்கு சார்.”

“மொதல்ல அவரைத் திண்ணைக்குக் கூட்டிட்டு வாங்க. விஷயத்தைச் சொல்றதை விட்டுட்டு நீங்களா ஏன் முடிவெடுக்கறீங்க.?” என்றபடி வீட்டுக்கதவை விசாலமாகத் திறந்தான் அந்த இளைஞன். உள்ளே

இருந்த மடக்கு கட்டிலை எடுத்து திண்ணையில் காத்தாட நகர்த்தி விரித்தான். பின்னர் யாருக்கோ போன் செய்து "அரவிந்தன் உடனே வீட்டுக்கு வா" என்று சொல்லிவிட்டு தொடர்பைத் துண்டித்தான்.

ஆதிமூலம் கார் பக்கம் சென்று துரையை ஒரு கைப்பிடிக்கச் சொல்லி பாண்டியை இறக்கினார். சட்டென சுதாரித்து சந்தானமும் ஓடி, பாண்டியைத் தாங்கித் தூக்கினான். திண்ணைக்கு வந்து கட்டிலில் படுக்கவைத்தார்கள். அந்த இளைஞன் பாண்டியின் கண்களைப் பிரித்துப்பார்த்தான். பின் வாயைத் திறக்க வைத்து கைவிளக்கால் உற்றுப்பார்த்தான்.

"இவருக்குத் தண்ணி சாப்புடற பழக்கம் உண்டா?"

"அதெல்லாம் இல்லீங்க, வெத்தலைபாக்கு, பீடி, சிகரெட் இப்படி எந்தப் பழக்கமும் இல்லீங்க."

"அப்ப பயப்படாதீங்க" உள்ளே போய் ஒரு சொம்பு நிறைய பச்சிலை மருந்தையும் ஒரு தம்ளரையும் எடுத்து வந்தான்.

"அவரை உக்கார வைங்க" என்று சொல்லி உட்காரவைத்து விட்டு கொஞ்சம் கொஞ்சமாக அந்த மருந்தைக் கொடுத்தான். முதல் மடக்கு உள்ளே போன அடுத்த நிமிடம் பாண்டி குபுக்கென அந்த இளைஞன் மீதே வாந்தி எடுத்தான். ஒரு நொடியில் அவனது வெள்ளைச்சட்டையில் பச்சை இலைச்சாறு படிந்து வழிந்தது. அவன் கொஞ்சம் கூட முகம் சுளிக்காமல் தன் பேண்ட்டில் இருந்து கர்ச்சீப்பை எடுக்க கைவிட்டான். பதறிய சந்தானம் தன் துண்டை எடுத்து அவசரமாக அவனது சட்டையைத் துடைத்தான். ஆதிமூலம் தனது துண்டை தண்ணீரில் நனைத்து அவன் சட்டையை இன்னும் சுத்தமாக்க முயற்சித்தார்.

"பரவாயில்லை விடுங்க."

"என்ன மச்சான் இப்படி பண்ணிட்டீங்க? சார் மன்னிச்சுக்கங்க"

"ஏங்க நோயோட கூறு.... அவரு என்ன பண்ணுவாரு? மொதல்ல அவரு வாயைத் தொடைச்சித் தண்ணி குடுங்க." அக்கா புடைவைத் தலைப்பால் பாண்டியின் வாயைத் துடைத்துத் தண்ணீர் கொடுத்தாள். திரும்பவும் அதே நிதானத்துடன் பாண்டிக்கு மருந்தை கொஞ்சம் கொஞ்சமாகப் புகட்டினான்.

“சார் நாங்களே குடுத்துக்கறோம் இப்படி குடுங்க” என்றார் ஆதிமூலம்

“இருக்கட்டும். சட்டை நனைஞ்சது என்னோட போகட்டும். மறுபடியும் இவரு வாந்தி எடுக்க வாய்ப்பு இருக்கு நானே குடுத்துடறேன்” புன்னகை மாறாமல் தன்னுடைய வேலையில் கவனமாக இருந்தான். இந்த முறை பாண்டி வாந்தி எடுக்கவில்லை.

இரண்டு டம்ளர் கொடுக்க கிட்டத்தட்ட அரை மணி நேரம் ஆகிவிட்டது. வாசலில் ஸ்கூட்டர் நிறுத்தும் சப்தம் கேட்டது. கறுப்பு மேலங்கி, கழுத்தில் டை சகிதம் இன்னொரு இளைஞன் அங்கே வந்தான்.

“என்னாச்சு சூர்யா?” என்று வந்தவன் கேட்டான்.

தன் தோள்பையில் இருந்து கேஸ்கட்டுகளை வெளியே எடுத்து, அவனிடம் தந்த பெரியநாயகசாமியின் மகன் சூர்யா, “இந்த ரெண்டு கேஸ் இன்னிக்கு வாய்தாதான். குமாஸ்தா இருப்பாரு- அவர்கிட்ட அடுத்த தேதி வாங்கி பார்ட்டிக்கிட்ட அன்னிக்கு வரச்சொல்லிடு அரவிந்தன்.”

“அது சரி அருணாச்சலம் கேஸ் இருக்குதே சூர்யா.”

“நான் அவர்கிட்ட போன்ல பேசிக்கறேன். அப்பா வேற ஊர்ல இல்லை. இவங்களை வேற வைத்தியர்கிட்ட அனுப்ப முடியாது. இன்னும் ரெண்டு தரம் மருந்து தரவேண்டி இருக்கு. நீ கொஞ்சம் வேகமா கிளம்பு.”

“சரி” என்று சொல்லிவிட்டு அவன் கிளம்பினான்.

“சார் நீங்க வக்கீலா?” என்று தயங்கியபடி கேட்டார் ஆதிமூலம்.

“இப்ப வைத்தியர்தான். அந்த ஃபேனை இன்னும் கொஞ்சம் அதிகம் பண்ணுங்க” என்று அலட்டிக்கொள்ளாமல் சொன்னான். பிறகு ஒரு சின்ன கிண்ணத்தில் இருந்த பச்சை விழுதை எடுத்து மற்றொரு பாத்திரத்தில் திரவமாக இருந்த ஏதோ ஒன்றில் கலக்கிக் கொண்டே இருந்தான்.

“சார் நீங்க சட்டையை மாத்திக்கங்க நாங்க கலக்குறோம்.”

“இருக்கட்டும் அப்பா இருந்தாலும் நான் ஒருவேளைக்குப் பார்ப்பேன். விடியக் காலையிலேயே வர்றவங்களை பார்த்து

அனுப்பிடுவேன். அப்பா இருந்தா அதுக்கப்புறம் கன்டினியூ பண்ணுவாங்க இல்லைன்னா சாயந்திரம் மிச்ச பேரைப் பார்ப்பேன்."

"அப்பா இந்த வைத்தியத்துக்குக் காசு வாங்கமாட்டார்னு கேள்விப்பட்டேன்."

"ஆமா... மண்ணுல முளைக்குது மூலிகை.... தோட்டத்துல கெடைக்குது மத்த பொருளு... கையில இருக்குது வைத்தியம்... இதுக்கு எதுக்குக் காசு? அப்படிம்பார் அப்பா."

"சார் மச்சானுக்கு ஒண்ணும் ஆகாதில்லே" பயம் விலகாமல் கேட்டான் சந்தானம்.

"ஒண்ணும் ஆகாது பயப்படாதீங்க இதைவிட சீரியஸா வந்த கேசை எல்லாம் காப்பாத்தி இருக்கோம்."

"அதுக்குத்தான் நாட்டு வைத்தியத்துக்கு வரணும்னு சொன்னேன். எப்படியும் நம்பிக்கை குடுத்துடுவீங்க. நம்ம வைத்தியம்தான் பெஸ்ட்." ஆதிமூலம் பெருமிதமாகச் சொன்னார்.

"அப்படில்லாம் நூறு சதமானம் சொல்ல யாருக்கும் தகுதி இல்லீங்க... வர்ற கேசை பார்த்துப் பார்த்து ஒரு அனுபவத்துல சொல்றதுதான். எந்த வைத்தியமும் உசத்தி இல்லை எதுவும் மட்டமில்லை. சில வைத்தியம் சிலதை கேக்கும் சிலதை கேக்காது அதுதுக்கு அதை அதைத் தேடிப்போக வேண்டியதுதான். என்னைக் கேட்டா மஞ்சக்காமாலை நோயே இல்லீங்க அது ஒரு இண்டிகேஷன் அவ்வளவுதான். இவருக்கு கல்லீரல்ல ஏதோ பிரச்சினை இருக்கு. அதனால இவரு வீரியத்தைக் குறைச்சு நல்லான பிறகு ஒரு ஸ்கேன் எடுத்து அதுக்குன்னு உள்ள ஸ்பெஷல் டாக்டர்கிட்ட நிச்சயம் காமிங்க" அடுத்த தவணை மருந்தை மறுபடி கொடுத்தான் சூரியா.

"காசும் வாங்க மாட்டீங்க அப்புறம் கோர்ட்டுக்குப் போகாம வைத்தியம் பாக்கறீங்க."

"அது வயித்துக்கு. இது மனசுக்கு... உங்களை மாதிரி நாலு பேரு நல்லான பிறகு வாழ்த்தறீங்க பாருங்க அதுக்கு இணையே இல்லை. எனக்கு காரைக்குடியிலதான் கோர்ட். காரைக்குடியில வீடு பாக்காம, இங்க இருக்கறதுக்குக் காரணமே இந்த வைத்தியம்

கையை விட்டுப் போயிடக்கூடாது அப்படிங்கறதுக்குத்தான். அறிவோட தொடர்ச்சி அறுபடக்கூடாது. நூறு தலைமுறை காப்பாத்திட்டு வந்த அறிவை ஒரே ஒரு தலைமுறை வெட்டிவிட்டுட்டு போகக்கூடாது. ஜீன் எல்லாத்தையும் ஏன் கடத்தணும்? ஏன்னா... அது பாட்டன் ஞானம் அது நமக்குள்ள கடவுள் குடுத்த இறை... அதைக் கொன்னுடக்கூடாது."

இந்த முறை மருந்தை நன்கு உள்வாங்கிக் குடித்தான் பாண்டி. கண்கள் மெல்ல மலர்ந்தன. கொஞ்சம் திருப்தியாகி தன் சட்டையைக் கழற்றி வேறொன்றை மாட்டினான் சூரியா. அவனிடம் சட்டென தன் கைகளைக் காட்டினான் சந்தானம்

"சார் இதைப் பாருங்க சிமெண்ட் பவுடரை தேய்ச்சித் தேய்ச்சி கைவிரல் எல்லாம் பூந்துகிட்டு அரிக்குது. அப்படியே மொண்ணையானா மாதிரி இருக்கு. இதுக்கு வைத்தியம் பண்ண முடியுங்களா? நான் ஆர்ட்டிஸ்ட் சார் நல்லா படம் வரைவேன்."

"என்ன வேலை பாக்கறீங்க."

"டைல்ஸ் கம்பெனி வச்சிருக்கோம். ஆத்தங்குடி டைல்ஸ். படம் வரையறதை விட்டுட்டு, இப்படி ஆத்தங்குடி டைல்ஸ் பண்ணிக்கிட்டு அல்லாடறேன்."

"ஆத்தங்குடி டைல்ஸ்சா அதைத்தான் எங்க வீட்டுக்குள்ள போட்டு வச்சிருக்கோம். முன்னாடி கிரானைட் போட்டிருந்தோம். அம்மாவுக்கு விடாம கால் வலி அப்புறம் ஒரு வர்மா ஸ்பெஷலிஸ்ட் சொன்னார். கிரானைட், மார்பிள் இதெல்லாம்தான் கால் வலி உடம்பு வலிக்கு மெயின் ரீஸன். டைல்ஸ் போடணும்னா கூட ஆத்தங்குடி டைல்ஸா பாத்துப்போடுங்க அது வாரிமண்ணுல செய்யறது. மத்தது எல்லாம் உடம்பு வெப்பத்தை உறிஞ்சி எடுத்துடும் ஆனா ஆத்தங்குடி டைல்ஸ் வெப்பத்தை சமமா வச்சிக்கும் அப்படின்னாரு. அதுக்கப்புறமா உங்க ஊரு ஆளுங்கதான் வந்து போட்டு குடுத்துட்டுப் போனாங்க. கண்ணாடி மாதிரி எப்படி பளபளன்னு இருக்குது பாருங்க அப்பாவுக்குத்தான் போட்டவங்க விவரமெல்லாம் தெரியும். உங்க பேரு?"

"சந்தானம் சார்."

"சந்தானம், ஒவ்வொருத்தருக்கும் ஒடம்புல ஒவ்வொரு இடத்துல இறை இருக்கும். உங்களுக்கு விரல்ல இருக்கு. படம் வரைங்க அதை சந்தோஷமா செய்யுங்க. ஆனா ஆத்தங்குடி டைல்ஸ் செய்யற குடும்பம் மொத்தமே அம்பது, அறுபதுதான் இருக்கும். அந்தப் பொக்கிஷத்தோட உயிர் உங்க கையில இருக்கு. அதை நீங்கதான் பத்திரமா அடுத்த தலைமுறைக்குக் குடுக்கணும்... கையையும் மனசையும் பத்திரமா வச்சிக்கங்க... உங்களோட இறை அங்கதான் இருக்கு..."

பாண்டியின் உடல் மெல்ல இயல்புநிலைக்குத் திரும்பிக் கொண்டிருந்தது. பாண்டி ஒவ்வொருவர் பக்கமும் உற்றுப்பார்த்து உணர்வுகளையும், நினைவுகளையும் மீட்டெடுக்க எத்தனித்தான். அவனுள் இருக்கும் இறை விழிப்பதற்கு முயற்சித்துக் கொண்டிருந்தது. அங்கிருந்த எல்லோரது இறையும் அவ்வாறே...

நன்றி : சிற்றுளி இலக்கிய இதழ்

எழுத்தாளனின் வலது கை

(இது அறிவியல் புனைகதை அல்ல)

(ஏப்ரல்23, 2043. தமிழ்நாட்டில் ஏதோ ஒரு ஊர், ஏதோ ஒரு வீடு...)

"மம்மி இந்த வினேஷ் என்கிட்ட கேம் ஸோன் இன்ஸ்ட்ரூமெண்ட்டை தரமாட்டேங்கிறான் வாங்கிக்குடு. நான் ஸ்பேஸ் ரன் கேம் விளையாடணும்..."அப்பொழுது சேது வீட்டுக்குள் நுழைந்தான்.

"சேது நல்லவேளை வந்திட்டியா? எங்க போயிருந்தே? ரெண்டும் ரொம்ப அட்டகாசம் பண்ணுதுங்க. கொஞ்சம் பாத்துக்கப்பா..."

"சரிங்க அக்கா. நான் பாத்துக்கறேன்..."

"ஏய் பிரக்ஷிதா, ரெண்டு பேரும் டிவி ரூமுக்குப் போயிடாதீங்க" சொல்லியபடி உள்ளே சென்றாள் பிரியா.

"அய்யோ அங்க ஏன் நாங்க போகப்போறோம்? அது ரொம்ப போர். அதுவும் இல்லாம நீங்கதான் அதை லாக் பண்ணி வெச்சிருக்கீங்களே"

நகரில் அந்த வீடுதான் பெரிய வீடு என்று சொல்வார்கள் அத்தனை பெரியது. அந்த வீட்டில் பூஜை அறையையும் சேர்த்து மொத்தம் ஒன்பது அறைகள். மிக விசாலமான வரவேற்பறை, உள்ளே சென்றால் ஹால். இரண்டு பக்கமும் நான்கு அறைகள். அதற்கும் பின்னே அதே அமைப்பில் ஹாலும் அறைகளும் என பிரம்மாண்டமான வீடு. வரவேற்பறையை ஒட்டி ஒரு ரூம் அதை டிவி ரூம் என்று சொல்வார்கள்.

"பிரக்ஷிதா என்னோட மொபைலை வச்சிக்கிட்டு கேம் விளையாடறியா?"என்று சேது கேட்டான்

"போங்க அங்கிள் உங்க மொபைல் எல்லாம் ஓல்ட் வெர்ஷன். ஸ்பேஸ் ரன் கேம் எல்லாம் டவுன்லோட் பண்ண முடியாது. ஹேங்க் ஆயிடும். எங்க டாடி ஆப்பிள் ஐபோன் 1203 வச்சிருக்காங்க அதுவே தாங்காது. அதனாலதான் டாடி இந்த கேம் ஸோன் இன்ஸ்ட்ருமெண்ட்டை வாங்கிக் குடுத்தாங்க.'"

"ஓ இதுல கேம் மட்டும்தான் விளையாட முடியுமா? போன் பேச முடியாதா?"

"அய்யே இது கூட உங்களுக்குத் தெரியாதா? கேம் ஸோன் செட் இருக்கே அது கேம் விளையாட மட்டும்தான்."

"ராஜேந்திரன்னு ஒருத்தரைப் பத்தி சொன்னீங்களே. அவரைக் கொஞ்சம் கூட்டிட்டு வந்துடுங்களேன்" என்றான் சொல்வேந்தன் சேதுவிடம்

"சரிங்கண்ணே... பிரக்ஷிதா இதோ வர்றேன். அதுவரைக்கும் நீயே ஸோலோ கேம் விளையாடிக்கிட்டு இரு" என்று சொல்லிவிட்டு சேது வெளியே கிளம்பினான்.

"ப்ரியா உன்னோட ப்ளவுஸ் அள்ளுது. ஜரி வொர்க் எல்லாம் எக்ஸலண்ட் ஆ இருக்கு. ஸ்டிச்சிங் சார்ஜ் எவ்வளவு?"

"டென் தவுஸண்ட்."

"என்னது டென் தவுஸண்ட்தானா? அமேசிங் இவ்வளவு சீப்பா? என்னோட மூணு ப்ளவுஸ் பிட் இருக்கு. லக்கிலி வரும்போது எதுக்கும் இருக்கட்டும்னு பேக் பண்றச்சே எடுத்துப்போட்டுட்டுவந்தேன். சென்னையில எல்லாம் எயிட்டீன்

தவுஸண்ட் கேக்குறாங்க. நீ தைக்க குடுத்த இடத்துலேயே குடுத்துடலாமா? எப்ப கிடைக்கும்?" என்று பரவசத்துடன் கேட்டாள் வர்ஷினி.

"ஒண்ணும் பிரச்சினை இல்லை. டெய்லர் ஒரு ஆப் வச்சிருக்காரு அதுல செக் பண்ணிடலாம்" தன்னுடைய ஐபோனை எடுத்து அதில் அன்றைய தேதியைப் போட்டுத் தேடிப் பார்க்கிறாள்.

"பிரிமியம்னா த்ரீ மந்த்ல கிடைச்சிடும் ஆனா ஸ்டிச்சிங் சார்ஜ் ஃபிஃப்டீன் தவுஸண்ட். எமரால்ட் ஆப்ஷன் இருக்கு - செவன் மந்த் ஆகும். ஆனா ரேட் டென் தவுஸண்ட் ருபீஸ்தான். ஆனா ப்ரிமியம்ல ஒரு ஆஃபர் இருக்கு. அடுத்த ஒரு வருஷத்துக்கு அவங்ககிட்ட தைக்க குடுக்குற ஐந்து ப்ளவுசுக்கு தவுஸண்ட் ருபீஸ் டிஸ்கவுண்ட் தர்றாங்க."

"ஹையோ... செம நான்தான் மூணு எடுத்துட்டு வந்திருக்கேனே. அப்ப பிரிமியம்ல போட்டுடு ப்ரியா."

அப்பொழுதுதான் ஊரிலிருந்து வந்து உள்ளே நுழைந்த ஷர்மிஷ்டா சந்தோஷ மிகுதியில் "ஹாய் பிரியா... ஹவ் ஆர் யூ? ஹாய் வர்ஷினி நீ எப்ப வந்தே?"

"செவன் ஓ கிளாக்.. நானே சென்னையில் இருந்து ஏழு மணிக்கு வந்துட்டேன் 40 கிமீட்டர் தூரத்துல இருக்குற ஊர்லேர்ந்து நீ பதினோரு மணிக்கு வர்றே?"

"அதை எல்லாம் இப்ப கேக்காதே எனக்கு இப்ப. கொலைப் பசி ஃபுட் ஆர்டர் பண்ணிடலாமா? லஞ்சுக்கு ஆர்டர் பண்ணி இருக்கீங்களா?"

"ஒரு நிமிஷம்" தன்னோட போனை எடுத்து "டியர்... எங்க இருக்கீங்க?" என்றாள் பிரியா.

"முன்னாடி ஹால்ல... ஏன்?" என்று கேட்டான் சொல்வேந்தன்

"லஞ்சுக்கு ஆர்டர் பண்றீங்களா?'

"இன்னும் இல்லை வரவேண்டியவங்களைப் பார்த்துட்டு பண்ணலாம்னு இருந்தேன்."

"ஷர்மிஷ்டா பயங்கரமா பசிக்குதுங்கறா"

“ஒண்ணும் பிரச்சினை இல்லை என்ன வேணும்னு கேட்டு ஆர்டர் பண்ணிடு ... யாராச்சும் வந்தா அப்ப பாத்துக்கலாம்... டேய் எழில் உனக்கு என்ன வேணும் லஞ்சுக்கு?” சிக்கன் கிலாபி கபாப் சொல்லட்டுமா? இங்க புகாரியில நல்லா இருக்கும்.”

“சொல்லிடேன் அப்படியே எக் பொடிமாஸ்.”

“உனக்கு என்ன வேணும் மலரவன்?”

“ஸீ ஃபுட் சொல்லிடு?”

“ரெண்டு கபாப், எக் பொடிமாஸ், ஃபிரைட் பிஷ் அப்புறம் மூணு எக் பிரியாணி சேர்த்து ஆர்டர் பண்ணிடு அப்புறம் உங்களுக்கு என்ன வேணுமோ சொல்லிக்கங்க.”

“சரிங்க” இரண்டு நிமிடத்தில் ஆர்டர் செய்தாள்.

சேது பசும்பால் வாங்கிக்கொண்டு ராஜேந்திரனுடன் வீட்டுக்குள் நுழைந்தான்.

“அண்ணே இவருதான் ராஜேந்திரன் நான் சொன்னேன்ல.”

“வணக்கம் சார் என்கிட்ட எல்லா அரேஞ்மெண்ட்டும் இருக்கு. வெளியில ஷாமியானா, சேர், காபி, கூல் டிரிங்ஸ் நீங்க எத்தனை வேளை சொல்றீங்களோ அத்தனை வேளைச் சாப்பாடு... வீட்டுல சடங்கு, வாணவேடிக்கை, மேளம், தாளம், டான்ஸ், பாய்ஸ் ஆட்டம் இப்படி சகலமும் பண்ணிடுவோம்.”

“வாணவேடிக்கை, டான்ஸ், வீட்டுல சடங்கு இதெல்லாம் எங்களுக்குக் கிடையாது. எவாப்பிரேஷன் சேம்பர் இங்க வர்றதுக்கு என்னென்ன செய்யணுமோ அது மட்டும் செய்யுங்க போதும். சாப்பாடு காபி, டீ, கூல்டிரிங்ஸ் எல்லாம் பண்ணிடலாம் இதுக்கு பேக்கேஜ் எவ்வளவு?”

“மூணு லட்சம் சார்... சாப்பாடு எவ்வளவு ஆர்டரோ அதுக்கு தகுந்த மாதிரி தனி சார்ஜ்.”

“எவாப்பிரேஷன் சேம்பர் எங்களுக்கு புதுசு என்ன பண்ணுவாங்க?”

“என்வெரமெண்ட் பிரச்சினை. கவர்ன்மெண்ட் சப்சிடி உண்டு. பில்லு தருவோம் அப்புறமா நீங்க க்ளேயிம் பண்ணிக்கலாம்.

பொதைக்க, எரிக்க எல்லாம் எடம் பத்தலை. அதுவுமில்லாம இது எங்க சுடுகாடு, உங்க சுடுகாடு நீ வராதே நான் வர மாட்டேன்னு ஏகப்பட்ட பிரச்சினை இல்லீங்களா? அதான் எவாப்பிரேஷன் சேம்பர். உங்க வீட்டுக்கே வந்துடும் பாடியை வச்ச பத்தாவது நிமிஷம் ஆவியாயிடும் வாரிசுங்க யாராச்சும் விருப்பப்பட்டா ஏதாச்சும் ஒரு உறுப்பை மட்டும் லோ டெம்பரேச்சர்ல வச்சி எரிச்சு ஒரு சின்ன பேப்பர் கப்ல சாம்பல் குடுத்துடுவாங்க அப்புறம் நீங்க அதை ஆத்துல கரைச்சிடலாம்... இப்ப ஆறு எல்லாம் எங்க இருக்கு? அதனால கடல்ல கரைச்சிடலாம். பாடி எங்க இருக்கு?"

"இதோ இந்த டிவி ரூம்ல இருக்கு... டெட் பாடியை ரொம்ப நெருங்கிப் பார்த்தா சின்னப் பசங்களுக்கு இன்ஃபெக்ஷன் ஆயிடும்னு பூட்டி வெச்சிருக்கோம் ஃபிரீசர் பாக்ஸ்லதான் இருக்கு. சடங்கு செய்யறப்ப எடுத்துக்கலாம்."

"ஃபிரீசர் பாக்ஸ் தனியாவா ஆர்டர் பண்ணுனீங்க. நம்ம பேக்கேஜ்ல இருக்கு சார்... பரவாயில்லை விடுங்க... ஆட்டோவுல அனவுன்ஸ் பண்ணிடலாமா?"

"இப்பயா அதெல்லாம் வேணாம். கும்பல் சேர்ந்து கசகசன்னு ஆயிடும். என்னோட வொயிஃப், குழந்தைகளுக்கு ஹெல்த் இஷ்யூஸ் இருக்கு கும்பல் ஆகாது."

வெளியில் பரபரப்பான குரல்கள் கேட்கின்றன. வண்டிகள் மிகுந்த சத்தத்துடன் வந்து நிற்பது வரவேற்பறையில் இருந்து பார்த்தாலே தெரிகின்றது. அனைவரும் வாசலுக்கு விரைகின்றனர்.

டிவி மைக் மற்றும் கேமராக்களுடன் ஒரு நான்கைந்து பேர் நுழைகின்றனர்.

என்ன ஏது என்று கேட்பதற்குள் மைக்கை சொல்வேந்தனிடம் நீட்டி "ஏப்ரல் 23 இன்று உலகப் புத்தக தினம் இன்னிக்கு உங்க அப்பா எழுத்தாளர் தமிழரசன் இறந்திருக்கார். அது பத்தி நீங்க என்ன சொல்ல விரும்பறீங்க?"

"அவரோட பிறந்த நாளும் இன்னிக்குதான் சார்" என்றான் சேது குறுக்கிட்டு

"நீங்க யாரு?"

"என் பேரு சேது. நான் அவரோட வாசகன் ஒவ்வொரு பிறந்தநாள் அன்னிக்கும் அவர்கிட்ட அவரோட புதுப்புத்தகத்துல கையெழுத்து வாங்கிட்டுப் போவேன். படிச்சிட்டு அடுத்தநாளே அவருக்கு விமர்சனம் எழுதி அனுப்புவேன். இது முப்பது வருஷமா நடக்குற விஷயம் சார். இப்ப இந்த ஊரு எனக்குச் சொந்த ஊரு மாதிரி ஆயிடுச்சு. இங்க உள்ள எல்லா விஷயமும் எனக்கு அத்துப்படி."

"சரிங்க... சொல்வேந்தன் சார் உங்க அப்பாவோட புத்தகங்களை நாட்டுடமை ஆக்கணும்னு எழுத்தாளர்கள் பலபேர் இன்னிக்கு கேட்டுருக்காங்கன்னு எங்கள் நிருபர்கள் தகவல் அனுப்பிக்கிட்டே இருக்காங்க. அதுபற்றி உங்க கருத்து என்ன?"

கொஞ்சம் தயங்கி பிறகு "அவரு ஐயாயிரம், ஆறாயிரம் புக்ஸ் வச்சிருக்காரு எப்பப் பார்த்தாலும் அதுலேர்ந்து எதையாவது எடுத்து வச்சிக்கிட்டு படிச்சிக்கிட்டே இருப்பாரு. நாங்க அந்தப் பக்கமே போகமாட்டோம். இன்ஃபாக்ட். ரீடிங் ஹேபிட்ஸ் எங்க யாருக்குமே இல்லை. அதனால அத்தனை புத்தகங்களையும் கவர்ன்மெண்ட் கேட்டா நிச்சயம் குடுத்துடுவோம்."

நிருபர்கள் தங்களுக்குள் ஒரு ஏளனப் புன்னகையுடன் பார்த்துக்கொண்டு பின்னர் "சார் அவர் வச்சிருக்குற புத்தகங்களைப் பத்தி கேக்கலை அவரு எழுதுன புத்தகங்களை பத்தி கேக்குறோம். அதைத்தான் நாட்டுடைமை ஆக்க முடியும். அவரு எத்தனை புத்தகம் எழுதி இருக்காரு? சொல்லமுடியுங்களா?"

சொல்வேந்தன் எழிலைப் பார்க்க அவன் மலரவனைப் பார்த்தான் பிறகு "சார் அவருக்கு தமிழ்ப்பற்று அதிகம். அதனாலதான் எங்களுக்கு தமிழில் பேரு வச்சார். ஆனா எக்ஸாக்டா எத்தனை புத்தகம் எழுதி இருக்காருன்னு தெரியாது. விக்கிபீடியாவுல டீட்டெயிலா இருக்கு சார்."

"67 புத்தகங்கள் சார் அதுல 15 கவிதைத் தொகுதிகள், 27 சிறுகதைத் தொகுதிகள், 12 கட்டுரைத் தொகுதிகள், 9 நாவல்கள், நான்கு நாடக நூல்கள் சார். அவரோட 'முதலினம் தமிழினம்' நூலுக்கு டொரொண்டொ தமிழிலக்கிய விருது கொடுத்தார்கள் இதுவரை 50 க்கும் மேற்பட்ட பரிசுகள் கிடைத்திருக்கு அவரோட நூல்களை இதுவரை பத்துபேர் முனைவர் பட்ட ஆய்வுக்கு

எடுத்திருக்காங்க. ஞானபீட விருது, சாகித்ய அகாதமி விருதுகளுக்கு பரிந்துரைக்கப்பட்டிருக்கிறார். ஆனா கிடைக்கலை சார்" சேது

"ஓகே புள்ளி விவரங்கள் எல்லாம் கரெக்டா வச்சிருக்கீங்க. சேது. இந்தக் கேள்வி அவருடைய வாரிசுகளுக்கு... எவாப்ரேஷன் சேம்பர்ல எந்த பார்ட்டை லோ டெம்ப்ரேச்சர்ல எரிக்கச் சொல்லி சாம்பலா வாங்கலாம்னு இருக்கீங்க?"

"வலது கையை எரித்துவிடுங்கள்" சேதுவின் குரல் கம்பீரமாக ஒலித்தது.

"எந்த எழுத்தாளனாலும் பரவாயில்லை.

அவனது வலது கையை எரித்து விடுங்கள்.

பாறைக்குக் கீழே பதுக்கி வைத்தாலும்

பள்ளம் தோண்டி எதையேனும் எழுதிக்கொண்டிருப்பான்

நீருக்குள் மறைத்து வைத்தால்

பேரலையென நீர் புரளும்...

ஆழ்ந்து அகழ்ந்து பூமிக்குள் புதைத்தால்

நெருக்கியடிக்கும் எழுத்துகளால் நிலமதிரும்

தயவுசெய்து..." உச்சரிக்கும்போது சேதுவின் குரல் தழுதழுத்தது. மறுபடியும் தொடர்ந்தான்.

தயவுசெய்து என் வலது கையை எரித்துவிடுங்கள்.

எஞ்சிய சாம்பலையும் அமிலம் ஊற்றிப் புகைத்துவிடுங்கள்

எழுதாமல் இருப்பது எனக்கு சாத்தியமே இல்லை.

மரணம் என்னை எரித்தாலும்.......

அவரோட கவிதைதாங்க இது. **மரணமில்லா காற்று** கவிதை நூல்ல இருக்குங்க. அந்த நூல் அவரோட இறுதி சாசனம் மாதிரி அதனால அவரோட வலது கையை எரிச்சு சாம்பலை வாங்கறதுதான் சரியா இருக்கும்னு தோணிச்சு. எங்க ஊரு ஆத்துல இப்பவும் தண்ணி இருக்குங்க அதுல கரைச்சிக்கறேன்," என்ற சேதுவின் குரல் மிகத் திட்டவட்டமாக இருந்தது.

மறுபடி கனைத்துக்கொண்டு, "எழுத்துல அதிகம் அவரு சம்பாதிக்கலைங்க. அவரு வெயில்லயும் மழையிலேயும் உத்தியோகம் பார்த்து சம்பாதிச்சதுதான் இந்த வீடு, மனை, இன்னும் பல பிராப்பர்ட்டிகள் அவை எல்லாம் கோடிக்கணக்கான மதிப்புல இருக்கு அதெல்லாம் அவரோட பிள்ளைகளுக்கு... ஆனா அவரு வச்சிருந்த புத்தகங்கள் அவரு சாம்பல்ல ஒரு பார்ட். இதை மட்டும் என்கிட்ட குடுத்தா போதும். ஏன்னா அவரோட ஆயிரக்கணக்கான வாசகர்கள் அவரோட பிள்ளைகள் மாதிரி. அவரோட புத்தகங்களுக்கு அவங்கதான் வாரிசு... புத்தகங்களை எல்லாம் எடுத்துக்கிட்டுதான் இந்த ஊரை விட்டுப் போவேன். அவரு பேர்ல இலவசமா லைப்ரரி வைப்பேன். அவரு உடம்பு வேணும்னா எவாப்பிரேஷன் சேம்பர்ல ஆவியா போகட்டும்ங்க. ஆனா அவரு பேரு, புகழ் இதையெல்லாம் இன்னிக்கு ஒரு நாள்தான் நீங்க எல்லாம் பேசுவீங்க, டிவியில காட்டுவீங்க. அப்புறம் மறந்துடுவீங்க. அதனால நாந்தான் தகவல் கொடுத்து உங்களை வரச்சொன்னேன். நீங்க எல்லாம் வந்ததுக்கு ரொம்ப நன்றி. இந்த ஃபிரீசர் பாக்ஸ் எல்லாம் வந்த பிறகு இறந்து போன உடம்பை யாரும் தொடறது கூட இல்லைங்க. அது பாடி இல்லைங்க ஒரு மகத்தான இலக்கியம். வாழ்ந்த வாழ்க்கை முழுக்க எழுத்து, இலக்கியம், தமிழனு வாழ்ந்த சகாப்தம் சார் அவரு!" ஒரு கணம் சேதுவின் குரல் தழுதழுத்தது

"எழுத்தாளர்கள் அவங்களோட பிள்ளைங்களுக்கோ உறவுகளுக்கோ சொந்தம் இல்லைங்க... அவங்களை வாசிக்கறவங்களோட சொத்து. இருக்கறவரைக்கும் கம்பீரமா நடந்து கம்பீரமா பேசி வாழ்ந்தவருங்க. எங்களை மாதிரி வாசகர்களுக்கு எழுத்தாளர்கள் அறிவுப் பொக்கிஷம், வீட்டுல இருக்கிறவங்களுக்கு அவரு அருமை தெரியாதுங்க. இவங்க வயிறு நிரம்ப சாப்புடறதுக்கும் சவுரியமா வாழறதுக்கும், வேலை செய்யற கம்பெனியில பேயா உழைச்சு நாயா தேஞ்சவரு... அந்த உழைப்பை எழுதறதுக்குக் குடுக்க வாய்ப்பிருந்தா இந்நேரம் பல காப்பியங்கள் எழுதி இருப்பாரு. இதோ இப்பவும் ஃபுட் ஆர்டர் பண்ணிட்டு உக்காந்திருக்காங்க... பாருங்க... போவட்டும்.

அவரோட உடம்பை ஜெயில்ல வச்சிப் பூட்டுன மாதிரி உள்ள வச்சிருக்காங்க. மொதல்ல அவரை எடுத்து வாசல்ல வைக்கச்

சொல்லுங்க. மத்த எல்லா சடங்கு சம்பிரதாயம், தேவை, எல்லாத்தையும் நான் பாத்துக்கறேன். இங்க நீங்க வரலைன்னா அவரு உடம்பு உள்ளேயே அனாதையா கெடக்கும். வெளியே எடுத்து வைக்கச் சொல்லுங்க கையெடுத்து எல்லோரையும் கும்பிட்டுவிட்டு ராஜேந்திரனை அழைத்துக்கொண்டு ஏற்பாடுகளைக் கவனிக்க வேகவேகமாக நடந்தான் சேது.

நன்றி : குமுதம்

பனைத்துணை

“ஆச்சி”

மெய்யன் அழைத்ததும் கொல்லைப்புறத்தில் இருந்து அல்லி ஓடிவந்தாள். ஏதாவது அவசரம் என்றால் மட்டுமே தன்னை அழைப்பார். மற்றபடி தன்னைத்தானே பார்த்துக்கொள்ள வேண்டும் என்பதில் பிடிவாதமாக இருப்பார் மெய்யன். அவர் அருகில் சென்றபோதுதான் கயிற்றுக்கட்டிலில் இருந்து மெய்யன் கீழே விழுந்து கிடந்தது புரிந்தது.

“நாந்தான் சொல்லிப்பி இருக்கேன்ல ஏறங்கணும்னா கூப்பிடுங்கன்னு என்ன அய்யா சொன்ன பேச்சு கேக்க மாட்டேங்கறீங்க?”

“இல்ல ஆச்சி... அவசரமா போயாகணும் முட்டுது. அதான் நானே எறங்கிடலாம்னு பார்த்தேன்”

“எதுவா இருந்தாலும் என்னைக் கூப்புடுங்க அய்யா”

அல்லி மெய்யனுக்கு மகள்தான் என்றாலும் தன்னுடைய அம்மா போல அவரைப் பார்த்துக்கொள்கிறாள் என்பதால் ஆச்சி என்றுதான் அழைப்பார். தன்னுடைய தாயை அவர் ஆச்சி என்றுதான் அழைப்பார். அம்மா இறந்து இருபது வருடங்கள் ஆயிற்று மனைவியும் ஐந்து வருடங்களுக்கு முன் போய்விட்டாள். பிழைப்புக்கு என்றிருந்த பனைமரத்தின் அருகே சென்று பார்க்க முடியாத அளவுக்கு கால்கள் முடங்கிவிட்டன. ஒதுக்குப்புறமாக அழைத்துச் சென்று திரும்பவும் கட்டிலில் படுக்க வைத்தாள்.

“இன்னிக்கு சம்பந்தி வீட்டுலேர்ந்து வர்றேன்னு சொல்லி இருக்காங்கதானே.”

“வரட்டும் வரட்டும் என்ன இப்ப? பெரிய ராசா வீட்டுக் குடும்பம் அது வாட்டுக்கு வரட்டும்.”

“இன்னிக்கு நீ பதனீ ஏறக்கப் போகவேணாம் ஆச்சி. அவோ வர்ற நேரத்துல நீ கொஞ்சம் திருத்தமா இருந்துக்க.”

“அவங்க இப்ப எனக்காவ வரலை என்னமோ ஒரு திட்டம் இருக்கும்... இல்லாம நவுராது அந்தத் தேரு”

“நீயா அப்படி எல்லாம் நெனச்சுக்காதே. மனம் திருந்தி வர்றவங்களை சந்தேகக் கண்ணோட பாக்கக் கூடாது.”

“உண்மையான அக்கறை இருக்கறவங்க இந்த ஒண்ணரை வருசமா எங்க போனாங்க. இன்னிக்குத்தான் கண்ணு தெரிஞ்சுதா அவங்களுக்கு?”

“எல்லாத்துக்கும் விதண்டாவாதம் பேசக்கூடாது. என் காலத்துக்குப் பிறகு ஒனக்கு ஒறவுன்னு சொல்லிக்க யாரு இருக்கா? பன்னீரு மேலதான் ஒனக்கு எம்புட்டு ஆசை? விழுந்த மரத்திலேர்ந்து பனஞ்சோறு எடுத்தப்ப அவரு ஆசையா சாப்பிடுவாருன்னு எனக்குத் தெரியாம கண்ணைத் தொடச்சிக்கிட்டு போனே... நானும் கவனிக்காத மாதிரி இருந்துட்டேன். எத்தினி நாளைக்கு வலியை அழுத்துக்கிட்டு போவே’

“அந்த அரணாக்கயிறை மாத்திவிடுறேன் இருங்க அய்யா நஞ்சிப் போயிருக்கு. பாக்கக் கண்றாவியா இருக்கு... தா வாரேன்” என்று உள்ளே சென்றாள்.

பன்னீரின் நினைவு வந்ததும் குபுக்கென்று கண்ணீர் வந்தது. சேலைத் தலைப்பால் துடைத்துக்கொண்டு வெற்றிலைப்பெட்டியில் சுருட்டி வைத்திருந்த சிவப்பு அரைஞாண் கயிறை எடுத்தாள். ‘ஒரு வேலைக்குன்னு தங்காம, படுக்காளி பயலாட்டம் சுத்தறானே தொம்பர.... ஒரு வைக்கச்சண்டுக்கும் பெறாத பய’ என்று அடிக்கடி புலம்பும் அய்யாவுக்கு பன்னீர் மீது மூட்டை குறை... மாமியார்க்காரி ஆயிரம் அழும்பு பண்ணினாலும் பன்னீர் அவளிடம் பாசமாகத்தான் இருந்தான். ஆனால் அம்மாவுக்குச் செல்லப்பிள்ளை. எத்தனை அநியாயமாக அம்மாக்காரி

பேசினாலும் வாயில் கோந்து போட்டு ஒட்டிக்கொண்டு பேசாமல் இருப்பான். ஒரு வார்த்தை இவளுக்கு அனுசரணையாக வராது.

கல்யாணத்தின் போது தருவதாகச் சொல்லி இருந்த முப்பதாயிரம் ரூபாய் மெய்யன் பனைமரத்தில் இருந்து விழுந்ததற்கான மருத்துவச் செலவில் கரைந்துவிட்டது. கால்கள் இரண்டும் எலும்புகள் நொறுங்கி, சேர்க்க முடியாத அளவு படுத்த படுக்கையாகிவிட்ட மெய்யனிடம் பணத்தை எப்படிக் கேட்பது என்று பேசாமல் இருந்த மாமியார் சில நாட்கள் கழித்து உப்புப் பெறாத காரியத்துக்கு எல்லாம் அல்லியைக் குத்தல் பேச்சுகளால் குதற ஆரம்பித்துவிட்டாள். எதிர்பாராத ஒரு நாளில் சிறு சண்டையை ஊதிப் பெரிதாக்கி, அல்லியை வீட்டுக்கு அனுப்பிவிட்டாள். அய்யாவுக்கும் துணைக்கு என்று யாருமில்லை. பக்கத்துத் தெருவில் இருந்த அத்தை வீட்டில் இருந்து அவ்வப்பொழுது சாப்பிட ஏதாவது வரும். அதுவும் நிலையில்லை. அற்பமான மனிதர்களிடம் அன்றாடம் போராடிக்கொண்டிருப்பதைவிட அய்யாவுக்குத் துணையாக இருந்து பார்த்துக்கொள்வது மனசுக்கு நிம்மதியாக இருந்தது. இனி அவர்களாக அழைத்தாலும் போவதில்லை என்று உறுதியாக இருந்தாள் அல்லி.

ஆனாலும் பாழும் மனசு அவ்வப்பொழுது அருவாப் பெட்டியில் செருகி இருக்கும் அரிவாள் முனையைப் போல பன்னீரை நினைத்து நெருடும். மரத்தில் ஏறியபின் கீழே விழுந்துவிடக் கூடாது என்னும் எச்சரிக்கை உணர்வுடன் அரிவாளை அழுத்திச் சரிசெய்வதுபோல பன்னீரைப் பற்றிய எண்ணங்களைப் புதைத்துவிடுவாள்.

சிறுவயதில் அய்யாவிடம் அடம்பிடித்துப் பனை ஏற கற்றுக்கொண்டது இப்பொழுது கைகொடுக்கிறது. அவர்களது குடிசையை ஒட்டி விதைத்து வளர்ந்திருந்த பனைமரங்கள்தான் அவர்களது ஒரே சொத்து. அதற்கென்று வளர்வதற்கு எதுவும் செய்வதில்லை. பனைமரங்கள் தன்னைப் போல வளர்ந்து காய்ப்புக் காலத்தில் வஞ்சனை இல்லாமல் கொடுக்கும்.

அரைஞாண் கயிறை எடுத்து வந்து, அய்யாவின் இடுப்பில் கட்டிவிட்டு வேட்டியை இறுகக் கட்டிவிட்டாள் அல்லி. அய்யாவின் நெஞ்சுப்பகுதி சுருங்கி வதங்கி இருந்தது. அதில் இருந்த சிராய்ப்புகளின் தழும்புகள் கைகளில் நெருடியபோது

அல்லிக்கு அழுகையாக வந்தது. மரத்தைக் கட்டித் தழுவும்போது ஆசையாகத்தான் இருக்கும். ஆனால் நான்கு மரங்கள் ஏறுவதற்குள் தேய்ப்பின் காயங்கள் ரத்தத் தீற்றலுடன் எரியும். அய்யாவைத் தோப்புக்குக் கூலி பேசி அழைத்துச் சென்றால், ஒரு நாளைக்கு அறுபது மரங்களுக்கு மேலாக சாதாரணமாக ஏறுவார்.

அல்லி அதிகபட்சம் பத்து பனிரெண்டு மரங்கள்தான் ஏறுவாள். அதற்குமேல் உடல் களைத்துப் போகும். ஏறுவது அவளுக்கு தொடர்ச்சியான பணியாக இருந்ததில்லை. சிறுமியாக இருக்கும் போது மரமேறியது. அதற்குப்பிறகு ஏற அனுமதி மறுத்துவிட்டார் அய்யா. கல்யாணம் ஆகவேண்டிய பிள்ளை விழுந்தா எக்குத்தப்பா ஆயிடும் என்று சொல்லித்தடுத்துவிட்டார். அல்லி கணவன் வீட்டிலிருந்து திரும்பி வந்த பிறகு வருமானத்துக்கு கருப்பட்டி காய்ச்சுவதுதான் வயிற்றைக் கழுவ உதவியது. நுங்கு, பனங்கிழங்கு வியாபாரம் எல்லாம் குறிப்பிட்ட காலத்துக்கு மட்டும்தான்.

“கடைத்தெரு பக்கம் போனா கோதுமையாச்சும், மைதாவாச்சும் வாங்கிட்டு வா அல்லி அந்தப் பையனுக்கு வாய்க்கு ருசியா எதாச்சும் செஞ்சுத் தரலாம். கடைப் பலகாரம் சாப்பிடமாட்டான்.”

“மொதல்ல அவரு வருவாரா? சம்பந்தி வராங்கன்னுதானே ஆறுமுகம் அண்ணன் சொன்னாரு? அவரு வருவாருன்னு சொல்லலையே? அதுவும் இல்லாம பனையேறி குடும்பமா இருந்துகிட்டு பனங்கிழங்கு மாவுலதான் பணியாரம் செய்யணும். மைதா, கோதுமை எல்லாம் ஆடம்பரம். நமக்கு ஏன் அந்த வெசம்?”

“நீ சொன்னா செரி” என்று பதுங்கிக்கொண்டார் மெய்யன்.

நெஞ்சு உராய்வைத் தடுக்க மார்புக்கூடு, அருவாப் பெட்டி, அரிவாள் தீட்ட சாணைக்கல், அரிவாள், காலிரண்டில் கட்டிக்கொள்ள வைக்கோல் பிரி, கின்னிப்பெட்டி, ஆகியவற்றை எடுத்துக்கொண்டாள். “ரெண்டு மரத்தோட வந்துடு” அய்யாவின் குரல் மெல்ல ஒலித்தது

குறிச்சிக்குளம் திருநெல்வேலி மாவட்டத்திலேயே அதிக பனை மரங்கள் நிரம்பிய கிராமம். பனைமரத்தை சகோதரன் மாதிரி நினைக்கும் மனிதர்கள் அதிகம். அல்லியும் அப்படித்தான்.

அய்யா சொன்னது போல அப்படி வரமுடியாது. எல்லா மரத்து பாளையையும் சீவி விட்டு வரவேண்டும். சில சமயம் ஒரே மரத்தில் இரண்டு முறை ஏற வேண்டி இருக்கும். மரங்களின் அருகே சென்றதும் வாஞ்சையுடன் மரத்தைத் தடவினாள். கைகளால் தொட்டுக் கண்களில் ஒற்றிக்கொண்டாள். பின் அருகில் சென்று மரத்தை முத்தமிட்டாள். ஒருவகையில் அது உணவிடும் தெய்வம். மேல் பட்டையை வருடுகையில் அதன் சொரசொரப்பு, கரடு தட்டிய வலுவுள்ள ஆண்மகனின் மார்பில் சாய்ந்திருப்பது போல இதம் தரும். மரமேறுவது பிழைப்புக்காக என்று அல்லி நினைப்பதில்லை. அது ஒரு மும்முனைக் காதல். அதீத பற்றும், பாசமும், பரவசமும் தரும் மகத்தான அனுபவம். மெல்ல ஏறினாள். பனை அவளைப் பேரன்புடன் தழுவிக்கொண்டது.

பானைகளுக்குள் புகுந்துவிட்ட வண்டுகளை அரிவாள் முனையால் தள்ளி வெளியே எறிந்தாள். பிறகு கலயத்தை பத்திரமாகக் கட்டினாள். எல்லாம் முடிந்த பிறகு யாரோ தன்னை உற்றுப்பார்ப்பது போல இருந்தது. தன்னை அறியாமல் மடித்துக் கட்டியிருந்த சேலையை நன்றாக இறுக்கினாள். அப்படியே கீழே பார்த்தாள். இம்மாதிரி சமயங்களில் எவனாவது ஒரு பொறுக்கி கீழிருந்து சப்தமில்லாமல் பார்ப்பான். கேட்டால் இளித்துக்கொண்டே "ஒண்ணுமில்லை கீழே விழுந்திடுவியோன்னு பார்த்தேன்" என்பான். எத்தனை இழிநிலையிலும் பெண்கள் தங்கள் உடலுறுப்பை கவனமாக மறைத்துக்கொண்டே இருக்க வேண்டும். பார்வையில் எந்தத் தவறான குறிப்புகளும் அறியாமல் வந்துவிடக்கூடாது. மரமேறக் கற்றுக்கொண்ட பிறகு மரத்திலிருந்து விழுந்துவிடுவோம் என்கிற அச்சத்தைவிட இம்மாதிரி காமக் கண்களில் விழுந்துவிடுவோமோ என்கிற அச்சம்தான் பெரிதாக வதைத்தது. கீழே யாருமில்லை. சற்று நிமிர்ந்து மேலே பார்த்தாள். வழுவழுப்பான தலை, பளபளக்கும் கண்களுடன் கிளையில் ஒரு பாம்பு இவளையே பார்த்துக்கொண்டிருந்தது.

கழுத்தைவிடச் சற்றுப் பெரிய தட்டையான தலை. அதன் பெரிய கண்களும், ஒல்லியான, நீளமான உடலின் முதுகுப் பகுதியில் வெண்கல நிறப் பட்டைகள் கதிரவனின் கதிர்கள் பட்டு மின்னின. .உடலின் பக்கவாட்டில் அடர் கரும்பழுப்பு நிறத்திலும், வயிற்றுப் பகுதி வெளிர் பழுப்பு நிறத்திலும் இருந்தது. அதன் ஒல்லியான

வால் நீண்டு தன்னிச்சையாக ஆடிக்கொண்டிருந்தது. உடலின் பக்கவாட்டில் ஒரு மெல்லிய வெள்ளை நிறக் குறுக்குக்கோடு கழுத்தில் ஆரம்பித்து வால்வரை நீண்டிருந்தது. இதன் ப வடிவ செதில்கள் மரத்தின் நிறத்துக்கு இணையான நிறத்தில் இருந்தது. நிச்சயம் அது கொம்பேறி மூக்கன்தான். அய்யா சொல்லுவார் ஏறிய மரத்தில் பாம்போ, தேளோ, சாடாவோ (பூரான்), பெரு வண்டோ இருந்தால் பதட்டத்தில் அசையாதே. அப்படியே மனதை நிதானப்படுத்து. அதை எப்படி மரத்தில் இருந்து விழச் செய்யலாம்; அல்லது கவனமாக எப்படிப் பிடிக்கலாம் என்று யோசி என்பார்.

அல்லி பதறாமல் யோசித்தாள். அருவாப்பெட்டியில் ஒரு துணிப்பை உண்டு. அதனை மெல்ல தனது வலது கையால் துழாவி எடுத்தாள். அதனுள் சில வண்டுகளைப் பிடித்துப் போட்டாள், அதன் ஒரு காதை வெட்டிய மட்டையில் மாட்டினாள். இன்னொரு காதை அரிவாள் முனையில் மாட்டி அதன் முகத்தருகே கொண்டு சென்றாள். ஒன்று வண்டின் வாசத்துக்கு ஈர்க்கப்பட்டு பைக்குள் பாதி வந்தால் எளிதாக பையின் முனையை இறுக்கிப் பிடித்துவிடலாம். அல்லது பைக்குள் வர முயற்சிக்கும்போது கீழே விழலாம் பார்ப்போம் என்று துணிந்து அதனருகே கொண்டு சென்றாள். சிறிது நேரத்துக்குப் பிறகு பாம்பு பைக்குள் தலை நுழைத்தது.

சத்தமின்றி மரத்தோடு படுத்து பையின் வாய்ப்பகுதியை பலமாக இறுக்கினாள். சட்டென்று பனை நாரை எடுத்து அதைக் கட்டினாள். அங்கிருந்து கீழே தள்ளினாள். அது மண்ணில் விழுந்து புரண்டது. சரசரவென வேகமாக மரத்தில் இருந்து இறங்கினாள். கருப்பட்டி ஊற்றத் தயார் செய்து வைத்திருந்த தேங்காய்ச் சிரட்டைகள் காய வைக்கப்பட்டிருந்த சாக்கு கண்ணில் பட்டது. சிரட்டைகளைக் கொட்டிவிட்டு சாக்கினை எடுத்துக்கொண்டாள். சாக்கினுள் அதை உள்ளிழுத்து அடக்கும்போது மிகச் சரியாக மாமியாரும், மாமனாரும் எதிரில் வந்தார்கள். இக்கட்டான சூழ்நிலை. கையில் இருப்பதை அப்படியே விடமுடியாது. திரும்பவும் மரத்துக்குத் தான் ஏறும் ஒரு கட்டையை எடுத்து அதை அடிக்கலாம் என்றால் வாகாக எதுவும் அமையவில்லை. கையில் இருப்பது பாம்பு என்று வெளிப்படுத்தவும் முடியாது. அப்படியே சுருட்டி வைத்தாள். சாக்கில் இருந்து நிச்சயம் தப்பிக்க முடியாது. வந்து அடிக்கலாம்

என்று சாக்கை இறுக்கிக் கட்டி வைத்தாள்.

“வாங்க அத்தே, வாங்க மாமா” என்று அழைத்தாள்.

“எப்ப வருவோம்னு காத்துக்கிட்டே இருந்தே போல இருக்கு” என்று மாமியார் இளக்காரமான சிரிப்புடன் சொன்னாள். வந்ததும் ஆரம்பித்துவிட்டாள். மாமனார் எதுவும் சொல்லவில்லை மய்யமாக சிரித்தார். அது கருத்து எதுவுமில்லை என்பதற்கான குறியீடு. குடிசைக்கு அழைத்துச் சென்றாள். அவர்களை உள்ளே அனுப்பிவிட்டு சாக்கை ஒரு கூடையில் வைத்து மூடினாள்.

லோட்டா தேநீரையும் காலி செய்துவிட்டு எடுத்த எடுப்பில் “எப்ப கிளம்புதே?” என்றாள் மாமியார்.

“எதுவும் சொல்லாம இப்படி திடுதிப்புன்னு கௌம்புன்னு சொல்லுதிய.”

“அதுதானே ஒன்னோட வீடு? எத்தினி நாளைக்கு இங்க இருக்க முடியும்?”

“அத்தே நீங்க என்னை வீட்டைவிட்டு அனுப்பும்போது... வந்தா அந்த முப்பதாயிரத்தோட வா இல்லன்னா வராதேன்னு சொன்னீங்க.”

“சொன்ன சொல்லைக் காப்பாத்தலன்னா சொல்லத்தான் செய்வாங்க. கேட்டதுக்கே கோச்சுக்கறே சொல்லைக் காப்பாத்தாததுக்கு நான் கொஞ்சம் கோச்சுக்கக் கூடாதா?”

“கோச்சுக்குங்க... இப்பவும் அந்தக் கோவம் அப்படியே இருக்குதுன்னா நான் அங்கிட்டு வந்து என்ன பண்றது?’

“கோபமெல்லாம் இருக்குதான். ஆனா நாங்க பெருந்தன்மைக்கு பேர் போனவங்க. எங்க பரம்பரையே அப்படித்தான். நீங்க அந்தப் பணத்தைத் தர வேண்டாம்.”

ஒருகணம் தங்களின் காதுகள் ஒழுங்காகத் தங்கள் பணியைச் செய்கிறதா என்கிற அய்யம் வந்தது இருவருக்கும்.

“நெசமாவா சொல்லுதீய?”

“ஆமா... அது மட்டுமில்லை... அந்தப் பேச்சையே எடுக்க மாட்டோம்.”

“என்னால நம்பவே முடியலை” மெய்யன் கண்களில் பரவசம் குதியாளம் போட்டது.

“அதச் சொல்லத்தான் நானே நேர்ல வந்தேன். இல்லன்னா பையனை அனுப்பி இட்டாந்துடுன்னு சொல்லி இருப்பேன்.”

“அவரு ஏன் வரலை?”

“ஊருக்கு வந்த நீ எப்படி இருக்கேன்னு கேட்டியா? ஒரு போன் உண்டா? சாண் பிள்ளையானாலும் ஆண் பிள்ளை இல்லியா? அவனுக்கும் ரோசம், மானம் இருக்கத்தானே செய்யும்?”

“நா இப்ப உங்க கூட வர்றதுக்கு ஒரு நிபந்தனை இருக்கு,” என்றாள் அல்லி உறுதியாக.

மாமியார் முகம் வெளிறியது. சொல்லு என்பதுபோலத் தலையாட்டினாள்.

“எங்க அய்யாவைப் பாத்துக்க ஆளு இல்லை... என்னை வளர்த்தவரு இப்படி படுத்த படுக்கையா இருக்காவ. சொந்தக்காரவோ எல்லாம் ஓரளவுக்குத்தான் பாத்துக்குவாங்க. ஒண்ணுக்குப் போவக்கூட அவருக்குத் தொணை ஆளு தேவைப்படுது.”

“நீ ஒருத்தி... அவங்ககிட்ட இப்படிக் கேக்கலாமா? யாரும் இல்லைன்னாலும் நானே என்னைப் பாத்துக்குவேன். உனக்கு இப்ப ஒன்னோட குடும்பம்தான் முக்கியம்” என்று அவசரமாகவும் அதட்டலாகவும் சொன்னார் மெய்யன்.

“விடுங்க சம்பந்தி, கேட்டதுல தப்பில்லை நீங்களும் வந்துடுங்க. இங்க ஏன் ஒண்டியா கஷ்டப்படணும்? எங்ககூட வந்துடுங்க சொல்லுதேன்” என்றாள் மாமியார்.

கனவா இல்லை நிஜமா? என்று இருவருக்கும் புரியவில்லை.

“ஒண்ணும் ரோசிக்க வேணாம் அங்கேயே தங்கிக்கிடலாம். எல்லோருமா பாத்துக்கலாம்.”

“நான்தான் சொன்னேனே சம்பந்தியம்மா தங்கம்னு. நீதான் புள்ளே... தப்பு தப்பா புரிஞ்சுக்கிடுதே” என்று அல்லியைச் செல்லமாகக் கடிந்துகொண்டார் மெய்யன்.

“சரிங்க அத்தே, அய்யாவை ஒரு வாகனம் வச்சித்தான் கூட்டிட்டுப் போவணும். எங்க சித்தப்பா மகன் கிட்ட வாகனம் இருக்கு. போயி சொல்லிட்டு வந்துரட்டுமா?”

“சொல்லலாமே... அதுக்கு முன்னால ஒரு சேதி இருக்கு பாத்துக்க. பன்னீரு இப்ப செங்கல் சூளை போடலாம்னு இருக்கான். அதுக்கு வெறகு, போய்ப் பார்த்தான் ஒண்ணும் தகையலை. எல்லாம் யானை வெலை, குதிரை வெலை சொல்லுதானுங்க. நீங்க ரெண்டு பேரும் எங்க ஊருக்கு வந்த பொறவு இந்தப் பனைமரத்தை எல்லாம் என்ன பண்ணப்போறீங்க? யாரு பாத்துக்கிட்டாலும் பணம் நம்ம கைக்கு வராது. மரத்தை சூளைக்கு எரிக்க எடுத்துக்கலாம். அவனுக்கும் ஒரு சொமை குறையும். லாபம் அள்ளிடும். என்ன நான் சொல்றது?”

அட இரப்பாளி... இதுக்குத்தான் மெல்ல அடியைப் போட்டியா என்று மனதுக்குள் நினைத்துக்கொண்டு, அப்படியே மெய்யன் பக்கம் திரும்பிய அல்லி, “என்னமோ நான்தான் சரியா புரிஞ்சிக்கலைன்னு சொன்னீங்க? எப்படிக் கொக்கியைப் போட்டாவ... பாத்தீக இல்லே?”

“சம்பந்தி... இந்த மரங்க எல்லாம் எங்க உசுரு. அதை நாங்க கொல்ல மாட்டோம். வேணும்னா கொஞ்ச நாள் பொறுத்துக்கிடுங்க. எப்படியாச்சும் பணத்தைப் பொரட்டித் தந்துடுதேன்.”

“ஓம்ம பொரட்டவே ஒரு ஆளு தேவைப்படுது. இதுல நீரு எப்படிப் பணத்தைப் பொரட்டுவீரு? கையில தேன் இருக்கு. அதை வுட்டுட்டு நீரு மரத்துல இருக்கற தேன் கூட்டை அடிச்சுத் தேன் எடுக்கலாம்னு சொல்லுதீய. மிஞ்சிப்போனா இன்னும் ஒரு அஞ்சு வருசத்துக்கு இருக்குமா? இன்னிக்கு வெதைச்சா, பனைமரமெல்லாம், வெட்டுன நகம் தானே வளர்ற மாதிரி அதுவாட்டுக்கு வளரும் பாத்துக்கிடுங்க... ரெண்டு ஆளை வரச்சொன்னா சடுதியில வெட்டி அடுக்கிடுவானுக ஒரு சக்கடா வண்டி தேறும் அவ்வளவுதான்... திரும்ப நட்டு வெச்சா போவுது... பனைமரத்துக்கு என்ன பெருசா மெனக்கெடப் போறீக?. அதுக்கு தண்ணியும் வேணாம் எருவும் வேணாம்.... இப்ப வெட்டுனா பணம்... இல்லைன்னா அஞ்சு வருசத்துல அது பொணம்... அதுக்கு ஏன் இவ்வளவு ரோசனை?”

“பனைமரம் நூறு வருசத்துக்கு இருக்கும் சம்பந்தி. இதை எல்லாம் வெதைச்சு நாப்பது வருசம்தான் ஆவுது. இன்னும் அம்பது வருசமாவது இருக்கும். அதுவும் இல்லாம இதுக எல்லாம் காய்க்கற மரங்க...... புள்ளைத்தாய்ச்சியைக் கொல்றதுக்குச் சமம்... இப்படி யாருக்கு என்ன பாவம் செஞ்சோமோ, இப்படிக் காலொடிஞ்சு கெடக்கறமே அப்படின்னு நானே வேசடையில இருக்கேன். இப்ப... நீங்க என்னடான்னா இன்னொரு பாவத்தை செய்யச் சொல்லுதீயே.”

“இப்ப உங்க பொண்ணு வாழணுமா? இல்லை பனை வாழணுமா?”

சற்றும் யோசிக்காமல் “பனையை வெட்டித்தான் வாழணும்னா என் பொண்ணு அங்க வந்து வாழ வேணாம் சம்பந்தி. இங்கேயே வாழலாம் எனக்கு அவ தொணை. அவளுக்கு இந்தப் பனைமரங்க தொணைன்னு இருந்துட்டுப் போறோம்.”

“ஓம்ம பொண்ணை வாழ வைக்கலாம்னு பார்த்தா, நீரே வாழலைன்னா பரவாயில்லைன்னு சொல்லுதீய பெத்த அப்பா மாரியா பேசறீயே?”

“பொண்ணைப் பெத்துட்டா, அவ புருஷன் வீட்டுல சந்தோசமா வாழட்டும்னுதான் எல்லா தவப்பனும் நெனைப்பாக. அதுக்காவ நீ அஞ்சு பேரைக் கொன்னுட்டு வா அப்பம்தான் வாழ வைப்பேன்னு சொன்னா அதை எப்படி ஏத்துக்கிட முடியும்? அவ இப்ப நல்லபடியாத்தான் வாழ்ந்துகிட்டு இருக்கா. என்னையும் வாழ வெச்சிக்கிட்டுதான் இருக்கா. ஆம்பளைப் புள்ளைகதான் பெத்தவங்களை வாழ வைக்க முடியுமா? பொண்ணும் வாழ வைக்கலாம்; என்னை மட்டுமில்லை. எங்க பனையையும் அவ வாழ வைப்பா... ஒருவேளை ஓங்க அப்பனை விட்டுட்டு வா அப்பத்தான் வாழ முடியும்னு சொன்னாக்கூட சரின்னு இருந்திருப்பேன். பனையை வெட்டிட்டு வான்னு சொன்னா... என் பொண்ணு ஒத்துக்கிட்டாலும் நான் ஒத்துக்கிட மாட்டேன்... என்னம்மா சொல்லுதே?”

“வேணும்னா அவங்க பையனையும் கூட்டிக்கிட்டு நம்ம வூட்டுக்கே வந்துரச் சொல்லுங்க. அவுகளையும் சேத்து நா வாழ வைக்கிறேன். ஓம்ம பையனைக் கேட்டுச் சொல்லுங்க” என்றாள் அல்லி உறுதியாக...

"ஓஹோ அம்பிட்டு திமிரா ஒங்களுக்கு?அப்பன் சிலுப்பட்டை மாரி சிலும்புனா பொண்ணு காவோலை (காஞ்ச ஓலை) மாரி சலும்புது... வர்றவங்களை எல்லாம் வாழவைக்கிற பெரிய வள்ளலா ஓம்ம பொண்ணு? நாங்க ஒண்ணும் கையேந்துற பரம்பரை இல்லை."

"அவ வள்ளல் இல்லைம்மா.... நம்பி இருக்குற உசுரை வாழ வைக்க வந்த வான் மழை. பனைக்கும் எனக்கும் அவ போதும். நீங்க கிளம்புங்க சொல்லுதேன் எங்களைப் புரிஞ்சுக்க இன்னும் அம்பது வருஷம் ஆகும் ஒங்களுக்கு."

கோபம் கொப்பளிக்க மாமனார், மாமியார் இருவரும் கோபமாகக் கிளம்பினர்.

"என் மேல வருத்தம் எதுவும் இல்லையே அல்லி?" என்று கேட்டார் மெய்யன்.

"நான் அவங்கக்கிட்ட எப்படிச் சொல்றதுன்னு நெனைச்சேன். நீங்க பக்குவமா சொல்லீட்டீயே... இன்னும் ஒரு வேலை பாக்கி இருக்கு அய்யா" என்று வெளியே வந்தவள், பாம்பு இருக்கும் சாக்கினை எடுத்தாள். "நா ஒன்னைக் கொல்லப்போறது இல்லை. இந்தப் பூமியில நாங்க வாழ எவ்வளவு உரிமை இருக்கோ, அதே அளவு ஒனக்கும், பனைக்கும் இந்த ஒலகத்துல உள்ள எல்லா உயிரினங்களுக்கும், மரம், கொடி, செடிகளுக்கும் இருக்கு" என்றபடி கொம்பேறி மூக்கனை அதன் போக்கில் விட அடர்ந்த மரங்கள் அடங்கிய காட்டுப்பகுதிக்கு வேகமாக நடந்தாள் அல்லி.

(பேராசிரியர் நன்னன் நினைவுச் சிறுகதைப் போட்டியில் (2024)முதல் பரிசு பெற்ற சிறுகதை)

44

முதல் நாள்

பனிப் பள்ளத்தின் உள்ளே சுருண்டு கிடந்த தமிழ்ச்செல்வனின் மீது பனித்துகள்கள் பன்னீர் மரத்திலிருந்து மலர்கள் விழுவது போல காற்றின் வீச்சில் பரவிப் படர்ந்தன. சிறுவயதில் மரப்பொந்துகளிலோ நெல்மணிகள் கொட்டி வைத்திருக்கும் குதிர்களின் பின்னோ ஒளிந்துகொண்டு யாரும் கண்டுபிடிக்காமல் இருக்க 'கடவுளே முருகா... முருகா' என்று கண்மூடி, கைகோத்து பிரார்த்திக்கொண்டு இருந்தது நினைவுக்கு வந்தது. இப்பொழுது யாராவது தன்னைக் கண்டுபிடிக்க வேண்டுமே என பிரார்த்தனை செய்யத் தொடங்கினான்.

ஐந்தரை அடி உருவத்தை மூணே முக்கால் அடி இடத்துக்குள் சுருக்குவது நரக வேதனையாக இருந்தது. சக வீரர்களில் யாராவது ஒருவர் வந்து, தான் விழுந்து கிடந்த இடத்தைக் கண்டுபிடிக்கும் வரை எப்படியாகிலும் உயிர்ப்பறவையைப் பறக்கவிடாமல் காப்பாற்றியாக வேண்டும். வாக்கி டாக்கியை உயிர்ப்பித்து **'வொயிட் கோலா' 'வொயிட் கோலா'** என பலமுறை கூப்பிட்டான் எந்தப் பதிலும் இல்லை. வொயிட் கோலா என்பது லேன்ஸ் நாயக் மல்ஹோத்ராவின் 'கோட் வேர்ட்' அவனுடைய கால்களுடன்தான் தமிழ்ச்செல்வனின் கால்கள் பிணைக்கப்பட்டிருந்தன.

தமிழ்ச்செல்வன் தன் முதுகில் இருந்த சிறிய ரக பனிக்கோடாரியை எடுத்து, பள்ளத்தின் பக்கவாட்டில் அகலப்படுத்தும் நோக்கில்

வெட்டினான். கைகளை உயர்த்தி, மறுபடி தாழ்த்தி வெட்டுவதற்கு மிகுந்த ஆற்றல் தேவைப்பட்டது. இருபத்தி ஓராயிரம் அடிகளுக்கு மேலே செல்லும்போது, பூமியில் இருக்கும் அதே அளவு ஆற்றலை எதிர்பார்த்தால் எப்படி இருக்கும்? பாதியளவு இருந்தாலே பெரிய விஷயம்தான்... அதுவும் கையுறைகளுடன் இறுகப்பற்றுவது தண்ணீரை இரு கைகளுக்குள் பிடித்துச் சேமிப்பது மாதிரியான கடுமையான விஷயம்.

சிறிய ரக பனிக்கோடாரி கூட அவர்கள் அணியின் கேப்டன் பானாசிங் உருவாக்கியதுதான். இரும்பில் செய்த கோடாரிகளைப் பனிப்பிரதேசத்தில் அதுவும் மைனஸ் ஐம்பது டிகிரிக்கும் அதிகமாகக்கூட செல்லக்கூடிய இந்தக் காரகோரம் மலைப் பகுதியில் மிகுந்த கவனத்தோடுதான் பயன்படுத்த வேண்டும். பானாசிங் முழுக்கவும் ஈட்டி மரத்தில் (ரோஸ் வுட்) அந்தக் கோடாரியைச் செய்ததாகக் கூறுவார். இரும்பின் மீது வெறும் கைகள் பட்டால் சமயங்களில் அப்படியே பிரிக்க முடியாத அளவு ஒட்டிக்கொள்ளும். அப்புறம் தோலை உரித்து எடுத்துக்கொண்டுதான் கைகள் வரும். சில நிமிடங்களில் கைகள் சோர்ந்தன. தொடர்வதா வேண்டாமா என யோசித்த வேளையில் மேலிருந்த பனிக்கட்டிகள் சரிந்து உள்ளே விழுந்தன. இனி வெட்டுவது வீண் வேலை என்று புரிந்துபோனது ஆயாசமாகச் சுருண்டு படுத்தான்.

சியாச்சின் பகுதியில் காவல் பணியில் இருக்கும் எல்லோருக்கும் உறக்கமின்மை என்பது பெரும் நோயாக இருந்தது. கால், கை நீட்ட வழி இருந்தாலுமே உறக்கம் வர பல மணி நேரம் ஆகும். பள்ளத்துக்குள் பூனை மாதிரி சுருண்டு படுத்தால் உறங்குவது எப்போது? ஆகாஷ் திவாரி ஒரு யோசனை சொல்லுவான் கண்களை மூடி, மூச்சை நன்றாக உள்ளே இழுத்து அப்படியே சில நொடிகள் நிறுத்தி மெல்ல மெல்ல விடவேண்டும். அப்புறம் முக தசைகள், மார்பு இப்படி கால் வரை தளர்வாக வைத்து மனதுக்குள் எண்களைச் சொல்லவேண்டும் என்று... சொல்லிவிட்டு அவன் ஐந்தே நிமிடத்தில் தூங்கிவிடுவான். இவன் நூற்று சொச்சம் எண்ணிக்கொண்டிருப்பான். நடுநடுவே எண்களைச் சொல்லாமல் தாவி இருப்பான். ஆனாலும் அடிக்கடி முயற்சிப்பான். இப்பவும் முயற்சித்தான்.

சியாச்சின் பங்கர்

சஞ்சீவ் குல்கர்னி பதட்டத்துடன் பேஸ் கேம்ப் (மலையடிவாரம்) அலுவலகத்தை சாட்டிலைட் போனில் தொடர்புகொள்கிறார். கர்னல் குர்மீந்தர் சில நிமிடங்களில் இணைப்பில் வந்தார்.

“மெஸேஜ் பாஸ்... ஓவர்.”

“பதிமூணு பேர் பனிச்சரிவுல மாட்டிக்கிட்டாங்க... ஆறு பேரை பத்திரமா மீட்டுட்டோம்...”

“எனி கேஷுவாலிட்டிஸ்?”

”நாலு பேர் இறந்துட்டாங்க.. ஹெலிகாப்டரை இம்மீடியட்டா அனுப்புங்க... கூடவே டாக்டர்ஸ்... மெடிசின்ஸ்... கெரசின், பேட்டரி... ஃபுட் பாக்கெட் ப்ளீஸ் அர்ஜண்ட் சார்.”

“இப்ப மணி என்ன குல்கர்னி?”

“மதியம் மூணு நாப்பது சார்.”

“இப்ப அங்க ஹெலிபேட்ல நம்ம ஹெலிகாப்டர் லேண்ட் ஆகுமா குல்கர்னி?”

“சார்...”

“உங்க பதட்டம் புரியுது... ரிஸ்க் எடுத்து ஹெலியை அனுப்பினா அங்க லேண்ட் ஆகவும் முடியாம... அங்க உள்ள கிளைமேட்ல திரும்பவும் முடியாம போயிடும்... குல்கர்னி, இன்னொரு ஆபத்தை உருவாக்க நான் விரும்பலை... எர்லி மார்னிங் கிளம்பினா அங்க லேண்ட் பண்றது ஈசி... மேனேஜ் யுவர்செல்ஃப்.”

“ஓகே சார்.”

“கணக்கு இன்னும் டேலி ஆகலை குல்கர்னி... பதிமூணு பேர்னு சொன்னீங்க... இன்னும் மூணு பேரு?”

“அவங்களை இன்னும் கண்டுபிடிக்க முடியலை.”

“எல்லாரும் கால்ல ஒண்ணா சேஃப்டி ரோப் கட்டி இருந்தாங்களா இல்லையா?”

“அது இல்லாம பங்கரை விட்டு வெளியே அனுப்பறது இல்லை சார்... விழுந்த பனிக்கட்டி கனம் தாங்காம கயிறு அறுத்துக்கிட்டு விழுந்திருக்கு... அதனால மூணு பேரு எங்க விழுந்தாங்கன்னு தெரியலை... பனிப் பள்ளங்கள் புதுசா உருவாயிடுச்சு.”

“ஓ ... மை காட்.... வாக்கி டாக்கி?”

“சிக்னல் வீக் சார் கூப்பிட்டு பார்த்தோம் நோ ரெஸ்பான்ஸ்.”

“இப்ப பீரியாரிட்டி அவங்களைத் தேடறதுதான்... க்விக் குல்கர்னி.”

“ஓகே சார் துர்க்கே மாதாகி ஜெய்.”

“துர்க்கே மாதாகி ஜெய்.”

இரண்டாம் நாள்

தமிழ்ச்செல்வன் தன்னை அறியாமல் உறங்கி கண்விழித்தபோது பக்கத்தில் இருந்த வாக்கி டாக்கியில் இருந்து சன்னமாகக் குரல் கேட்டது. சட்டென்று எழுந்து கண்ணிமைகளின் மீது படிந்திருந்த பனித்துகள்களைத் துடைத்தான். சில நொடிகள் போராடியபின் கண்களைத் திறக்க முடிந்தது... சூழ்ந்திருந்த இருட்டு இரவா, பகலா என்று தெரியாதபடி போர்த்தியிருந்தது.

வாக்கி டாக்கியை எடுத்து அதன் ஒலியை அதிகமாக்கினான். ஒற்றை உருதுக்குரல் ‘கேக்குதா கேக்குதா’ என்று தொடர்ந்து கத்திக்கொண்டு இருந்தது. தமிழ் எதுவும் பதிலளிக்கவில்லை. அது அவர்கள் வழக்கம். சில சமயம் எதிரிகள் கூட நம் அலைவரிசைக்குள் நுழைந்து நம் இருப்பிடத்தை அடையாளம் கண்டுபிடித்துவிட முடியும். அதுவும் இது நிச்சயம் இந்தியக் குரல் இல்லை என்று உள்ளுணர்வு சொல்லியது. ஆகவே அமைதியாகக் கவனித்தான்.

“சாக்லேட் பாய் கம் ஆன் லைன்” என அழைத்தது அந்தக் குரல்.

டேய் நரி அவ்வளவு சீக்கிரத்தில் உன் வலையில் விழுவேனா? என்று மிக ஜாக்கிரதையாக அமைதிகாத்தான் தமிழ்ச்செல்வன். தான் சந்தேகப்பட்டது சரிதான் என்று தன் தோளில் தானே தட்டிக் கொண்டான். எதிரியின் குரல்தான். ஆகவே மூச்சுவிடக் கூடாது.

தாகமெடுத்தது... தண்ணீருக்கு என்ன செய்வது என்று யோசித்தபோதே விக்கலெடுக்க ஆரம்பித்தது. ‘கடவுளே இப்ப என்ன செய்யறது?’ என வாய்விட்டுச் சொல்லிக்கொண்டான். புகாரியில் சூடேற்றினாலே பனிக்கட்டி உருகித் தண்ணீராக மாற மூன்று மணி நேரம் ஆகும். முட்டையும் தக்காளியும் கூட பனியில் கூழாங்கல் போல இறுகிவிடும் நிலையில் தண்ணீரை எப்படி பத்திரப்படுத்த முடியும்.?

தோள்பையை முன்பக்கம் நகர்த்தி ஆராய்ந்தான் சாக்லேட் பட்டைகள் கிடைத்தன, எடுத்து வாயில் போட்டுக்கொண்டான். நல்லவேளை கெட்டுப்போகாமல் நன்றாகவே இருந்தன.

திடீரென சுபேதார் மேஜர் அனுமந்தப்பா குரல் கேட்டது “ப்ளாக் டைகர் ப்ளாக் டைகர்” தமிழ்ச்செல்வனின் கோட் நேம் அது. குரல் கொடுத்தால் எதிரி நிச்சயம் மோப்பம் பிடித்துவிடுவான். எப்படி அனுமந்தப்பாவுக்கு உணர்த்துவது? ஒருவேளை எதிரிகள் இடைமறிக்கலாம். அமைதியாகக் கவனிப்பதுதான் நல்லது என்று தோன்றியது. சப்தமில்லாமல் காதுகளைக் கூர்மையாக்கினான். ஏழெட்டு முறை கூப்பிட்டுவிட்டுப் பிறகு “ஃபார்ட்டி ஃபோர்” என அழைத்தார். இது தமிழின் பட்டப் பெயர் குழுவின் நண்பர்கள் வைத்த பெயர். அப்படியும் இரண்டு முறை அழைத்துவிட்டு நிறுத்தினார் அனுமந்தப்பா. எவரும் குறுக்கிடவில்லை. எதிரிகள் அலைவரிசை வட்டத்திலிருந்து விலகி தூரமாகச் சென்றுவிட்டார்களோ என்று யோசித்தபொழுது மறுபடி விக்கியது.

மீண்டும் சாக்லெட் துண்டங்களை எடுத்து, சுவைக்க ஆரம்பித்தான். இப்பொழுது தானே முயற்சிக்கலாம் என்று வாக்கி டாக்கியை எடுத்து “லிட்டில் லயன் வாக்கி டாக்கி திஸ் இஸ் 44... ப்ளீஸ் கம் ஆன் லைன்.” ம்ஹூம் குரல் எதுவும் வரவில்லை. அவர் அழைத்தபோதே பேசி இருக்கலாம். எதிரி நுழைவான் என்று தப்புக் கணக்குப் போட்டாயிற்று, பசித்தது. சாப்பிட்டு எவ்வளவு நேரமாகி இருக்கும் என்று தெரியவில்லை. பகல் பனிரெண்டு மணி அளவில் பதிமூன்று பேர் ஒருவர் காலில் மற்றொருவர் என எப்பொழுதும் போல கயிறு கட்டித்தான் கிளம்பினார்கள். வழக்கமான ரோந்துப் பணி. எழுநூறு மீட்டர் நடக்க கிட்டத்தட்ட முக்கால் மணி நேரம் ஆகிவிட்டது. பனி கொஞ்சம் கொஞ்சமாக

இடுப்பளவு நிரம்பிவிட்டது, ஆறடுக்கு கொண்ட உடையை ஊடுருவி பனி கத்தியைப்போலச் செருகியது. காது மடல்களை மறைத்திருந்த கஃப் படபடவென காற்றில் ஆடி கன்னத்தில் அடித்தபோது சுரீர் என்று வலித்தது.

பேசுவதால் உடல் சக்தி கொஞ்சம் கொஞ்சமாகச் செலவாகிவிடும் என்பதால் பனியாற்றைக் கடக்கும்போது பேசிக்கொள்வதில்லை. தேவைப்படும்போது சைகை மொழிதான். அஜய்சிங் அவ்வப்பொழுது குளிரின் குத்தல் தாங்காமல் 'ஊ' என்று கத்துவான், மற்றபடி வேறு குரல்கள் கேட்கவில்லை. உடல் பெருத்த பென்குவின்கள் மௌன ஊர்வலம் செல்வது போல அவர்களின் குழு நடந்துகொண்டிருந்தது நினைவுக்கு வந்தது. திடீரென சுழல் காற்று ஒருவர் முகத்தை மற்றொருவர் பார்க்க இயலாத அளவு ராட்சத பம்பரம் போல சுழன்று அடித்தது. அவ்வளவுதான் தெரியும் யார் யார் எங்கு விழுந்தோம். எங்கு புதைந்தோம் என்று தெரியவில்லை.

காலில் அணிந்திருந்த பாதணிகளில் கதகதப்பை ஏற்ற வைக்கப்பட்டிருந்த பேட்டரியின் சார்ஜ் இன்னும் எவ்வளவு நேரத்துக்குத் தாக்குப்பிடிக்கும் என்று தெரியவில்லை, அதிகபட்சம் நாற்பது நிமிஷம் மட்டும்தான் தாக்குப்பிடிக்கும்.

மறுபடி அந்த பாகிஸ்தானியின் குரல் வாக்கிடாக்கியில் கேட்டது.

"சேவ் மீ ப்ளீஸ்...எஸ்.ஓ.எஸ் ப்ளீஸ் சேவ் மீ."

நீ எப்படிடா எங்க அலைவரிசை எல்லைக்குள்ள நுழைஞ்சே? கேட்க வேண்டும் போலத் தோன்றியது. ஆனால், கேட்கவில்லை. ஒருவேளை தான்தான் அவர்களது வட்டத்துக்குள் சென்றுவிட்டேனோ? வாய்ப்பில்லையே... அனுமந்தப்பாவின் குரல் கேட்டதே...

"எனிபடி ஹியர் மீ சார்... ஐயாம் இன் ட்ரபிள் சார். ப்ளீஸ்... ஹெல்ப் மீ" அந்தக் குரல் நிஜமான தவிப்பாகத்தான் தோன்றியது.

"டெல் மீ யுவர் நேம்" வாக்கி டாக்கியின் பக்கவாட்டு பொத்தானை அழுத்திக் கேட்டான் தமிழ்.

அங்கிருந்து எந்தப் பதிலும் வரவில்லை. அச்சம் வருவது இயல்புதானே...

கழுத்துப் பகுதியில் இருந்து வியர்வை வழிந்து நெஞ்சுக்கு வருவதை உணர முடிந்தது. கைகளை அவசரமாக உள்ளே நுழைத்து எட்டிய தூரம்வரை துடைத்தான் தமிழ். கொஞ்சம் தாமதித்தாலும் இறுகிப் பனிப்படலமாகிவிடும்.

மலையடிவார பயிற்சிப் பள்ளியில் சோனம் சாதில் அடிக்கடி சொல்கிற வாசகம் நினைவுக்கு வந்தது "If you sweat more in Peace you bleed less in war" யாரிடம் இப்பொழுது போராடிக் கொண்டிருக்கிறோம் ரத்தம் இழப்பதற்கு?

பங்கர் அறையில்...

பங்கரில் உயிர்பிழைத்தவர்களின் காலில் உள்ள பாதணிகளையும், காலுறைகளையும் அவிழ்த்துத் தேய்த்துவிட்டபடி இருந்தது மருத்துவக் குழு.

"சார் இரண்டு பேருக்கு ஃப்ராஸ்ட் பைட். கை எல்லாம் கலர் மாறுது. மணிக்கட்டு எலும்பு இறுகுது. உடனடியா வார்ம் அப் பண்ணணும்" என்றார் டாக்டர் நாயர்.

"பேட்டரி லேம்ப் சார்ஜ் இருக்கா அதைக் காமிக்கலாமா?"

"நோ சார்... தண்ணியை ஹீட் பண்ணி அதுலதான் வார்ம் அப் பண்ணியாகணும்."

"கடவுளே... மூணு மணி நேரம் ஆகுமே. ஓகே... அமர்நாத்... கோ ஃபாஸ்ட் கெரசின், புகாரி வெசல் எல்லாம் எடுத்துட்டு வா.. க்விக். க்விக்", எல்லோரும் பறந்தார்கள். வெவ்வேறு புகாரிகளில் பனிக்கட்டிகள் சூடாக்கப்பட்டு தண்ணீராக மாறக் காத்திருந்தார்கள்.

மூன்றாம் நாள்

அதிகாலை ஹெலிபேடில் இறங்கிய ஹெலிகாப்டரில் இருந்து பொருட்களை வேகவேகமாக இறக்கிக்கொண்டிருந்தனர். கேம்ப்பின் உள்ளிருந்து ஸ்லிப்பிங் பேக்கில் படுக்க வைக்கப்பட்ட, உடல் நலம் குன்றிய வீரர்களும் ஃப்ராஸ்ட் பைட்டில் பாதிக்கப்பட்ட வீரர்களும் பத்திரமாக ஏற்றப்பட்டனர்.

பொதுவாக சியாச்சின் பகுதிக்கு வந்த பிறகு பசிப்பதே இல்லை. டப்பாக்களில் அடைக்கப்பட்ட உணவின் சுவை தமிழுக்கு பிடிப்பதில்லை. ஆனால் இங்கு எதையும் தேர்வு செய்யும் சூழலில் எவரும் இல்லை. எது எந்த நிலையில், எந்த நேரத்தில் தரப்படுகிறதோ அதை அப்படியே பெறுவதும் ஏற்பதும்தான் விதி.

மறுபடி தாகம் எடுத்தது. இந்த முறை பையில் இருந்த உலர் திராட்சைப் பழங்களை எடுத்து வாயில் போட்டுக்கொண்டான். திராட்சை இருப்பை ஒரு முறை சரிபார்த்துக்கொண்டான். நீண்ட நாட்களுக்குப் பிறகு பசித்தது. வெளியே வெயில் இல்லை. இருந்திருந்தால் பனி உருகி உள்ளே, பனிக்கட்டிகளாக உருளத் தொடங்கி இருக்கும்.

கேம்பில் நிச்சயம் தன்னை, பதற்றத்துடன் தேடிக் கொண்டிருப்பார்கள் என்பதை உணர முடிந்தது. எத்தனை பேர் பிழைத்திருப்பார்கள். எத்தனை பேர் தன்னைப் போல் பனிச்சரிவில் புதைந்திருப்பார்கள் என்று தெரியவில்லை. லேசாக மூச்சுவிடுவதில் சிரமத்தை உணர்ந்தான். உடனடியாக பிரணாயாமம் செய்யத் தொடங்கினான். மைனஸ் ஐம்பது டிகிரியிலும் தன்னைக் காத்துக் கொண்டிருப்பது உடைகள் அல்ல, தனது நீண்டகால ஆசனப் பயிற்சிதான் என்பதை முழுமையாக நம்பினான் தமிழ்.

“ரோஜர்” பாகிஸ்தானியின் குரல் மறுபடி அழைத்தது.

“ஆங் சொல்லுங்க நீங்க யாரு?” என்று பதிலளித்தான் தமிழ்.

“நான் நான்... கிரீன் ரோஸ்.”

“பிரதர் கோட் வேர்ட் எல்லாம் வேண்டாம்... நான் இப்ப பனிச்சரிவிலே சிக்கி எந்த இடம்னு தெரியாத பனிப் பள்ளத்துக்குள்ளே விழுந்து கிடக்கிறேன். நீங்களும் ஏதோ இக்கட்டுலே இருக்கீங்கன்னு புரியுது. இப்ப நாம ரெண்டு பெரும் எனிமி இல்லே நமக்கு இந்த கிளைமேட்தான் இப்ப பொது எதிரி பரவாயில்லை சொல்லுங்க” என்றான் சுமாரான உருதுவில்...

“நான் அஸ்லம். இங்கேயும் கடுமையான பனிப்புயல் ஏதோ ஒரு சரிவுக்குள்ளதான் நானும் இருக்கேன்... சூரியனோ, நிலாவோ இல்லாத உலகத்தில் இருக்கேன். வேற்றுக் கிரகத்தில் இருப்பது போல உணர்வு. இந்தக் குழந்தையைக் கூட்டமே இல்லாத இந்த ஊரில் என் நண்பர்கள் தொலைத்துவிட்டார்கள்.”

அந்தத் துயரத்திலும் பலமாகச் சிரித்தான் தமிழ். “நண்பர்கள் தொலைத்தால் போனால் போகிறது... குழந்தையிடம் பால் பாட்டில் இருக்கிறதா?”

அந்தப் பக்கம் அஸ்லம் சிரித்தான் “இருந்தாலும் பயனில்லை உறைந்து தகடாகப் போயிருக்கும்.... நல்லது உங்கள் பெயர்?”

“தமிழ்ச்செல்வன்... நீங்கள் எப்படி எங்கள் அலைவரிசையில்?”

“அப்படி நுழைவதற்குப் பயிற்சி பெற்றிருக்கிறோம்.”

“விதியைப் பாருங்கள் உங்கள் அலைவரிசையில் உங்கள் நண்பர்கள் வரவில்லை. என்னுடைய அலைவரிசையில் என்னுடைய நண்பர்கள் கிடைக்கவில்லை. நாமிருவரும் பேசிக்கொண்டிருக்கிறோம்.”

“A Friend in Hard Time Not in Big Dinner” அப்படின்னு எங்க ஊர்ல ஒரு பழமொழி இருக்கு இன்னும் எத்தனை மணி நேரம் உயிரோட இருப்போம்னு தெரியலை இக்கட்டான தருணத்தில் துணைக்கு இருப்பவன் நண்பன்தானே. இப்ப நாமிருவரும் நண்பர்கள்.”

“எப்படி என்னை நம்புகிறீர்கள்? இப்படியே பேசிக்கொண்டே உன்னைக் கண்டுபிடித்துச் சிறைபிடிக்க வாய்ப்பிருக்கிறதே.”

“சீக்கிரம் சிறைபிடியுங்கள் நண்பரே... இந்தியர்கள் எங்களுக்கு எதிரிகள்தான். ஆனால்... இரக்கமும் அறமும் உள்ளவர்கள் என்று என்னைப் போன்ற சிலர் உண்மையாக நம்புகிறோம். அதுவுமில்லாமல் சரிவில் விழுந்து செத்தான் என்பதைவிட எதிரியின் கையில் சிக்கி இறந்தான் என்கிற பெருமை கிட்டுமே.”

“அப்படியே நீங்க இருக்கிற இடத்தை எப்படின்னு வர்ணிச்சு எனக்குச் சொல்லுங்க? தப்பிக்க வழி இருக்கானு யோசிச்சு சொல்றேன்.”

“எல்லா இடமும் இருட்டுதான். எதுவும் கண்ணுக்குத் தெரியலை. அது போகட்டும் உங்களுக்குப் பாடத் தெரியுமா நண்பரே ஒரு பாட்டுப் பாடுங்கள்.”

இந்தக் கோரிக்கை தமிழை ஆச்சரியப்படுத்தியது. ஆனால் இப்படிப்பட்ட தனிமையான கேம்ப்பில் பொட்டல் வெளியில் பாடுவதுதான் அல்லது பாடுவதைக் கேட்பதுதான் மன

அழுத்தத்தைச் சிறிது குறைக்கும் என்பது ராணுவத்தில் எழுதப்படாத விதி. அதனால் தமிழ் தயங்கவில்லை.

“Ik ladki ko dheka tho aisa laga.” தமிழ் தனது அழகான குரலில் நான்கு வரிகள் பாடினான்.

“1942 A love story குமார் சானு இல்லே... என்ன ஓர் அழகான பாடல். உங்களுக்கு வசீகரமான குரல் நண்பரே.”

பின்னர் தொடர்பு தானாக அறுந்தது.....

குல்கர்னி சாட்டிலைட் போனில் கர்னல் குர்மீந்தரைத் தொடர்பு கொண்டார்.

“அனைவரும் பத்திரமாக ஏற்றப்பட்டனர். பொருட்கள் பத்திரமாக வந்து சேர்ந்தன. தேங்க்ஸ் சார்.”

“எதற்கு தேங்க்ஸ்? திஸ் இஸ் மை ட்யூட்டி... காணாமல் போனவர்கள் பற்றி...”

“இன்னும் தேடுகிறோம் சார். அனுமந்தப்பா தலைமையில் ஒரு டீம் அனுப்பி இருக்கேன் சார்.”

“இன்னும் கிடைக்காதவங்க யார் யார்?”

“லேன்ஸ் நாயக் அஜய் சிங், ஹவில்தார் பட்நாயக் அப்புறம் சுபேதார் தமிழ்ச்செல்வன்.”

“என்னது? ... தமிழ்ச்செல்வனா? யூ மீன் ஃபார்ட்டி ஃபோர்?”

“ஆமா சார்.”

“ஏன் அவனை பாட்ரோல்க்கு அனுப்பினீங்க குல்கர்னி? ஹீ இஸ் ரேர் பாய்... தெரிஞ்சும் அனுப்பி இருக்கீங்க” கவலை தொனிக்கும் குரலில் கேட்டார் குர்மீந்தர்.

“சாரி சார். அவன் ரிக்வஸ்ட் பண்ணினான்.”

“ரிடிக்குலஸ்...இர்ரெஸ்பான்சிபிள்.” குர்மீந்தர் கோபமாகக் கத்தினார். குல்கர்னி எதுவும் பேசாமல் அமைதியாக இருந்தார்.

“என்ன பண்ணுவீங்களோ அவனைக் கண்டுபிடிங்க.”

தொடர்பு துண்டிக்கப்பட்டும் கூட அவர் குரல் கர்ஜிப்பது போலவே இருந்தது.

உண்மைதான் அவனது ரத்தம் கோல்டன் பிளட் என்று சொல்வார்கள். ஆர்ஹெச் நள் (Rh NULL) ரொம்பவும் அபூர்வமான வகை ரத்தம். ஏ, ஓ, பி. ஏபி இப்படி எதிலும் சேராது. யுனிவர்சல் டோனார். எல்லா வகை ரத்தம் உள்ளவர்களுக்கும் தமிழ் ரத்தம் தரலாம்... உலகில் மொத்தம் நாற்பத்து மூன்று பேருக்குத்தான் இந்த அரிய வகை ரத்தம் உள்ளதாகச் சொல்கிறார்கள். தமிழ்ச்செல்வன் நாற்பத்து நான்காவது ஆள் என கேம்ப்பில் கலாய்ப்பார்கள். அதனால்தான் அவனுக்கு பட்டப் பெயர் 44.

உண்மையில் அதிகப் பிரச்சினை உள்ள பகுதிகளுக்கு அவனை அனுப்புவதில்லை. அவன் உடனிருப்பது ஒரு பிளட் பேங்க் இருப்பது மாதிரி என்று குர்மீந்தர் நகைச்சுவையாகச் சொல்லுவார். இராணுவ மருத்துவமனையில் இருக்கும் மருத்துவர்கள் செவிலியர்கள் அனைவரும் அவனை அதிசயப்பிறவி போல வந்து பார்ப்பார்கள்

“ரேர் க்ரூப்...கோல்டன் க்ரூப் எல்லாம் சொல்றீங்க... ஆனா, எக்ஸ்ட்ரா ஒரு கையோ இல்லை நெத்தியில ஒரு கண்ணோ குடுத்திருக்கலாம்... டிஃபரன்ட்டா இருந்திருக்கும்.”

“மிலிட்டரியிலே உன்னை அன்ஃபிட் பண்ணி இருப்பாங்க. அப்புறம் எதாச்சும் ஒரு எக்சிபிஷன்ல உன்னைக் கூண்டுக்குள்ள வச்சி பைசா வசூல் பண்ணி இருப்பாங்க“ மருத்துவர் பிரபாகர் விளையாட்டாகக் கிண்டலடிப்பார்.

நான்காம் நாள்

உணவும் தண்ணீரும் இல்லாமல் எத்தனை நாள் சமாளிப்பது? நா உலர்ந்து உதடுகள் வெடிக்க ஆரம்பித்தன. சட்டைக்குள் வழிந்த வேர்வை உடலோடு ஒட்டி உறைந்து பனித்தகடுகளாக மாறி இருந்தது; ஒரு கட்டத்தில் பாளம் பாளமாக வெடித்தது. கால் உறையில் இருந்த சூடேற்றும் சாதனம் செயலிழந்து சில்லிட வைத்தது. உள்ளுக்குள் ரத்தம் உறைவது போன்ற உணர்வு வாயின் இருபுறமும் புண்கள் ரத்த சோகையின் அடையாளமாகத் தோன்றின. அவசர உதவி பையில் இருந்து கேஸ் நிரப்பிய லைட்டரை எடுத்துப் பற்ற வைத்து, பனிக்கட்டியை உருக்க

முயற்சித்தான். மலையை குண்டூசி கொண்டு செதுக்குவது போன்ற முயற்சி அது.

மிகுந்த பிரயத்தனப்பட்டு சொட்டுச் சொட்டாக நீர்த்துளி விழ உதடுகளில் ஏந்தினான். நாவால் துளிகளை நனைத்து உதடு முழுக்கப் பரப்பினான். பையில் இருந்த இரண்டு ஸ்லைஸ் பிரட் ஏற்கனவே இறுகி இரும்புத்துண்டு போல ஆகி இருந்தது.

"ரோஜர்" கொர கொரவென வாக்கி டாக்கி சத்தமிட்டது.

"அஸ்லம்" நலிந்த குரலில் அழைத்தான்.

"பிரதர் நன்றாக இருக்கிறீர்களா?" அஸ்லம்.

"அனேகமாக நான் கடைசியாகப் பேசிய நபர் நீங்களாகத்தான் இருக்கும் பிரதர்."

"அப்படிச் சொல்லாதீர்கள்... இறைவன் உங்களைக் காப்பாற்றுவார்."

"எனக்கும் அதுதான் விருப்பம். பிழைத்து வந்து உங்களோடு தரை மார்க்கத்தில் சண்டை இடவேண்டும் என்று ஆசை.... இந்தப் பனிக்கட்டிகளோடு போராட விருப்பம் இல்லை."

"நான் உங்களோட போராடத் தயாரில்லை பிரதர்."

"அஸ்லம், நீங்கள் எப்படி இருக்கிறீர்கள்?"

"என்னுடைய விரல் என் கண்ணெதிரே உதிர்ந்து விழுந்துவிட்டது பிரதர். அழுவதற்கு பயமாக இருக்கிறது பிரதர். கண்ணீர் உறைந்துவிட்டால் என்னால் துடைக்க இயலாது." அஸ்லமின் குரல் தழுதழுத்தது.

"அய்யோ அழுதுவிடாதீர்கள். இறைவன் காப்பாற்றுவதாய் இருந்தால்... உங்களைக் காப்பாற்றட்டும்... தரைமார்க்கத்திலும் உங்களோடு சண்டை இடமாட்டேன்... தயவுசெய்து அழுதுவிடாதீர்கள்"

"அழுவதற்குக் கண்ணீர் கூட இல்லை என்றுதான் நினைக்கிறேன்... அனைத்தும் உறைந்துவிட்டன. கண்களும் குரலும் மட்டும் என்னிடம் உயிரோடு இருக்கின்றன. மற்றவை செத்துப் போய்விட்டன."

"கடவுளே... அனுமந்தப்பா ஹெல்ப் ஹெல்ப் அனுமந்தப்பா"

தொடர்ந்து விடாமல் அரை மணிக்கு ஒரு தரம் குரல் கொடுத்தான் தமிழ்.

சில மணி நேரத்தில் ஆச்சர்யமாக எதிர்ப்பக்கம் பதில் வந்தது. "ஃபார்ட்டி ஃபோர் தமிழ்.... தமிழ்ச்செல்வன். ஃபார்ட்டி ஃபோர் எங்கே இருக்கே என் குரல் கேக்குதா?"

"அனுமந்தப்பா அனுமந்தப்பா" முடிந்தவரை குரலை உயர்த்திக் கத்தினான். நா உலர்ந்தது. தொண்டை வறண்டது. இருந்தாலும் விடாமல் கத்தினான்.

உள்ளே டார்ச்சின் ஒளிவட்டம் நுழைந்த பொழுது, கடவுள் தமது கரங்களை நீட்டியது போல இருந்தது. தன் கைகளை நீட்டி அந்த ஒளிவட்டத்திடம் காட்டினான்.

"கிடைச்சிட்டான்... கிடைச்சிட்டான்" அனுமந்தப்பாவின் குரல் கேட்டது மட்டுமே நினைவில் இருக்கிறது அதன் பின்னர் மூச்சுத் திணற ஆரம்பித்தது. தமிழ்ச்செல்வனுக்குக் குரல் வரவில்லை.

சியாச்சின் பங்கர்

குல்கர்னி வாக்கி டாக்கியை அழுத்தி, "குல்கர்னி ஆன் லைன்" என்றார்.

"சார் ஃபார்ட்டி ஃபோர் கிடைச்சிட்டான். இங்க பள்ளத்துக்குள்ள இருக்கான்."

"இஸ் ஹீ அலைவ்?"

"ஆமாம் சார் கையை ஆட்டினான். இப்ப பள்ளத்தை அகலமாக்கி அவனை ரெட்ரீவ் பண்ண முயற்சி பண்றோம்."

"காட் இஸ் கிரேட். அனுமந்தப்பா பார்த்து.... ஆக்சிஜன் சிலிண்டர் ரெடியா இருக்கா?"

"எல்லாம் தயாரா வச்சிருக்கோம்."

"லக்கி பாய் கோல்டன் பாய்... இப்ப மணி இரண்டு... இப்ப இன்ஃபார்ம் பண்ணினா விடியல் காலையிலே ஹெலி வந்துடும்"

உற்சாகமானார் குல்கர்னி. உடனே சாட்டிலைட் போனை ஆன் செய்து குர்மீந்தரைத் தொடர்புகொண்டு சகல ஏற்பாடுகளையும் செய்தார். பேஸ் கேம்ப்பில் மருத்துவமனையில் மருத்துவர்கள். கருவி இயக்குபவர்கள், லேப் டெக்னீஷியன்கள் என அனைவரும் தயாராக இருக்க பணிக்கப்பட்டனர்...

அனுமந்தப்பா குழுவினர் அரை மணி நேரத்தில் வெற்றிகரமாக தமிழ்ச்செல்வனை உயரே தூக்கும் அளவுக்கு பள்ளத்தை சாமர்த்தியமாக அகலப்படுத்தி உள்ளே ஒருவரை இறக்கி கயிற்றின் வழியே அவனை மீட்டனர். உடலெங்கும் பனி போர்த்திய அவனை லாகவமாகத் துடைத்தனர். லேசாகக் கண்விழித்து 'அஸ்லம் அஸ்லம்' என முனகினான். அவனது வாக்கி டாக்கி மீது பனிக்கட்டி விழுந்து பள்ளத்தில் புதைந்து கிடந்தது. பள்ளத்தின் கும்மிருட்டில் எவருக்கும் தெரியவில்லை. அவனைக் காப்பாற்றுவதில் கண்ணும் கருத்துமாக இருந்தனர். ஸ்லீப்பிங் பேக்கில் அவனைப் படுக்க வைத்தனர். அவன் இன்னும் சன்னமாக 'அஸ்லம் அஸ்லம்' என்றான்.

அனுமந்தப்பா அவன் உதட்டருகே காதுகளை வைத்துக் கேட்டான். பிறகு குழுவில் இருந்த ஆஹான் அகமதை அழைத்து என்ன சொல்கிறான் கேள் என்றான். அவனும் காதருகே குனிந்து பின்னர் "அஸ்லாம் அலைக்கும்" என்றான்.

"அவனுக்கு நினைவுகள் பிரகாசமாக இருக்கின்றன. தினமும் அப்படித்தானே உன்னிடம் வணக்கம் சொல்வான்?" என்று கேட்டான் அனுமந்தப்பா.

"ஆமாம்" என்றான் ஆஹான்.

"நான்கு நாட்கள் முழுசாக நான்கு நாட்கள்... ஆகாரம் தண்ணீர் இல்லாமல் எப்படி உள்ளே தாக்குப் பிடித்திருக்கிறார்? உண்மையில் அதிசயப்பிறவிதான்..." வியந்தான் ஆஹான்.

"தவறாமல் யோகா, பிரணாயாமம் செய்கிறவன் அவை எல்லாம் அவனைக் காப்பாற்றி இருக்கின்றன. ரெகுலர் எக்ஸைஸ் முடித்ததும் நீங்கள் எல்லாம் சோர்ந்துவிடுகிறீர்கள்," என்றான் அனுமந்தப்பா. ஸ்லீப்பிங் பேக்கில் அவனை மிகப் பாதுகாப்பாக, கவனமாக வைத்து ஆளுக்கு ஒரு பக்கமாகப் பிடித்துக்கொண்டு தூக்கியபடி பங்கருக்குச் சென்றனர்.

சியாச்சின் பேஸ் கேம்ப் மருத்துவமனை

தமிழ்ச்செல்வனுக்கு முதலுதவி செய்து ஐஸியூவில் வைத்திருந்தார்கள். மூச்சுவிடச் சிரமம் இருந்ததால் ஆக்சிஜன் சிலிண்டர் இணைக்கப்பட்டிருந்தது. ஒரு மருத்துவக் குழு அவனருகிலேயே இருந்து கவனித்துக்கொண்டு இருந்தது.

பிரபாகருக்கு அலைபேசியில் அழைப்பு மேல் அழைப்பாக வந்து கொண்டிருந்தது. எல்லோருமே பனிச்சரிவில் தப்பித்தவர்களின் உடல்நிலை பற்றி விசாரித்தாலும் தமிழ்ச்செல்வனைக் கூடுதலாக விசாரித்தார்கள்.

சம்பிரதாயமாக பனிச்சரிவில் சிக்கியவர்கள் பற்றித் தகவல் உரிய முறையில் பத்திரிகைகளுக்குத் தெரிவிக்கப்பட்டாலும், தனிப்பட்ட முறையில் தமிழ்ச்செல்வனைப் பற்றி எப்படியோ மீடியாக்களுக்குத் தெரிந்து, அந்த இடத்தைச் சுற்றியபடி தலைப்புச் செய்திகளுக்காகவும், பரபரப்புச் செய்திக்காகவும் திரிந்துகொண்டிருந்தார்கள். ராணுவ வளையத்தைத் தாண்டி அவர்களால் வர இயலவில்லை என்றாலும் எங்கிருந்தாவது செய்தி கசியாதா என்று தவித்துக்கொண்டிருந்தார்கள்.

மருத்துவமனைக்கு குர்மீந்தர் வரும்போதெல்லாம் கண்ணில் தென்படும் பத்திரிகைக்காரர்கள் செய்திக்காக அவரை நோக்கி பேரிகார்டுக்கு அந்தப் பக்கம் நின்றபடி தவிப்புடன் பார்க்கும் போது ஒரு பக்கம் கோபம் வந்தாலும் இன்னொரு பக்கம் பாவமாக இருந்தது.

தமிழ்ச்செல்வனின் தாயாரும் தங்கையும் மருத்துவமனை காத்திருப்போர் அறையில் அமர்ந்திருந்தனர். தமிழ்ச்செல்வன் கண்விழித்ததாக, பிரபாகர் தகவல் அனுப்பியதால் குர்மீந்தர் மருத்துவமனைக்கு வந்திருந்தார். முதலில் தமிழின் தாயாரைப் பார்க்க அந்த அறைக்குள் நுழைந்தார். அவர்கள் தொலைக்காட்சியில் தமிழ்ச்செல்வன் பற்றிய செய்தியைக் கண்ணீரோடு பார்த்துக்கொண்டிருந்தனர். தொலைக்காட்சியில் சர்வமத பிரார்த்தனைகள் தமிழ்ச்செல்வனுக்காக நடைபெறுவதாக ஒளிபரப்பானது. குர்மீந்தரைக் கண்டதும் எழுந்தார்கள். பிரபாகர் அங்கு வந்தார்.

“நீங்கள்தான் அந்த அதிர்ஷ்டசாலியின் அம்மாவா?” என்றபடி சட்டென அம்மாவின் பாதம் தொட்டு வணங்கினார் குர்மீந்தர். பதறியபடி அவரது தோளைத்தொட்டு அம்மா, “நமசிவாயம் நமசிவாயம்” என்றபடி மேலே தூக்கினார்.

“அவன் கடவுளின் பிள்ளைம்மா எதுவும் ஆகாது. இருபத்தி ஐந்து அடி பள்ளம், மிகக் கடுமையான பனிச்சரிவு. அதையே ஜெயிச்சு வந்துட்டான். இனிமே பயப்படாதீங்க நாங்க பாத்துக்கறோம்” என்றார் குர்மீந்தர். பிரபாகர் அவர்களுக்கு குர்மீந்தர் சொன்னதை விளக்கிச் சொன்னார்.

தமிழின் அம்மா கையெடுத்துக் கும்பிட்டார்.

“நீங்க தமிழைப் பார்த்தீங்களா? அவன் உங்களைப் பார்த்தானா?”

‘பார்த்தோம்’ என்று கண்ணீரோடு சொன்னார் அம்மா.

“பிரபாகர் இவங்க ஓய்வெடுக்க... சாப்பிட என்ன தேவையோ அதைச் செய்ங்க... எந்தக் குறையும் இருக்கக் கூடாது.”

“எஸ் சார்.”

“லெட் அஸ் மூவ் டூ ஐசியூ?”

இருவரும் தமிழின் அறைக்குள் நுழைந்தார்கள்.

தமிழின் அருகில் இருந்த செவிலியர்கள் சட்டென நகர்ந்தார்கள். தமிழ் அருகில் சென்று “44” என்றார் குர்மீந்தர். தமிழின் கண்கள் திறந்தன. அவனது உதடுகள் அசைந்தன. மகிழ்ச்சியோடு குர்மீந்தர் குனிந்தார். அவரது காதுகளில் விழும்படி, “மை வாக்கி டாக்கி... வாக்கி டாக்கி” என்றான் தமிழ்.

“ஓ... வாக்கி டாக்கி... டோன்ட் வொர்ரி ரெஸ்க்யூ பண்ணிடலாம். ஹவ் டூ யூ ஃபீல்? ஆர் யூ ஓகே?”

“அஸ்லம்... அஸ்லம் சார்...”

“அஸ்லம்?... டோன்ட் வொர்ரி,” என்றார் குர்மீந்தர் குழப்பமாக.

“கண்விழித்ததிலிருந்து அடிக்கடி சொல்கிறான். ரொம்பப் பேசுவது அவனுக்கு ஆபத்து” என்றார் பிரபாகர்.

குர்மீந்தர் நிமிர்ந்து அவன் கைகளைப் பிடித்து ஆசுவாசப்படுத்தினார்.

“சார் பேசுங்கள்” என்றான் தமிழ்.

“என்னவோ சொல்கிறான்” என்றபடி மறுபடி குனிந்து உற்றுக் கேட்டார்.

“பேசுங்கள் சார் ப்ளீஸ் பேசுங்கள்... பேசினால் பேசினால்...” அவனுக்கு மூச்சு இரைத்தது.

“ஓகே... ஓகே... கூல் டவுன் உனக்கு உடம்பு நல்லாகட்டும் நிறையப் பேசலாம்...”

“நோ சார்... நோ... பேசினால் பிழைப்போம் அஸ்லம்... அஸ்லம்...”

“ஓ நிச்சயம் பேசுவோம்...”

“யுத்தக்களம்... யுத்தக்களத்தில் மரணம் வரலாம்... ஆனால் ஆனால்...” என்று விரல்களை உயர்த்த முயற்சித்துத் தோற்றுப்போனான்.

அவன் கைகளைப் பிடித்துத் தட்டிக்கொடுத்துவிட்டுக் கிளம்பினார்

தமிழ் இன்னும் சன்னமாக, “அவர்களிடம் பேசுங்கள்” என்று சொன்னது இருவரின் காதுகளில் விழவில்லை.

பிரபாகரும் குர்மீந்தரும் வெளியே வந்தனர்.

“அவனோட லங்க்ஸ் ரொம்பப் பாதிக்கப்பட்டு இருக்கு. கிட்டத்தட்ட ட்வென்டி ஃபைவ் பர்சென்ட்தான் வொர்க் பண்ணுது.”

“பிழைச்சிடுவானா?”

“சார் அவன் மிராக்கிள் பாய் என்ன வேணும்னாலும் நடக்கலாம். ஆனா எனக்கு டென் பர்சென்ட்தான் நம்பிக்கை இருக்கு. சான்ஸ் ரொம்ப கம்மி. ஹீ இஸ் கவுண்டிங் ஹிஸ் டேஸ்.”

“டெல்லி எய்ம்ஸ் மருத்துவமனைக்குக் கொண்டுபோகலாமா? ஹவ் இஸ் ஹிஸ் ஹெல்த் கண்டிஷன்?”

“பெட்டர் வீ ஷுட் மூவ் ஹிம் டு எய்ம்ஸ் சார்.”

குர்மீந்தருக்கு கால் வந்தது.

“குட் மார்னிங்... சொல்லுங்க குல்கர்னி.. மிச்சம் ரெண்டு பேர்?”

“பாடி கிடைச்சிடுச்சு.”

“ஓ... மை காட்... காலையில ஹெலி அங்க வரும். தேவையானதைச் செய்யுங்க...”

“சார்...”

“தமிழ் விழுந்து கிடந்த இடத்துலே அவனோட வாக்கி டாக்கியை எடுத்தீங்களா?”

“இல்லை சார் கிடைக்கலை.”

“அங்கதான் இருக்கணும்... அனுமந்தப்பாவை அனுப்பி தேடச் சொல்லுங்க... வாக்கி டாக்கி சவுண்ட் வச்சிதான் இடத்தை ஐடன்டிஃபை பண்ணி இருக்கீங்க.. அப்புறம் எப்படி ரெக்கவர் பண்ணாம டீம் வர்றாங்க?”

“சாரி சார்... பதட்டத்துலே. அதுவுமில்லாம இருட்டு.”

“டோன்ட் பீ சில்லி... முதல்ல சர்ச் பண்ணிக் கண்டுபிடிங்க.”

“எஸ்... சார்...”

“ஆமா... நம்ம டீம்ல அஸ்லம்னு யாராச்சும் இருக்காங்களா?”

“இல்லை சார்... ஆஹான்னு ஒரு லேன்ஸ் நாயக் இருக்கான்.”

“ஐ நோ... ஐ நோ... அவனைத் தெரியும்...”

“சார் தமிழ் அடிக்கடி சொல்றானா... அவன் ஆகானைப் பார்த்து அஸ்லாம் அலைக்கும்னு சொல்லுவான்.”

“இல்லை குல்கர்னி... அது இல்லை அவன் வேற என்னவோ சொல்ல வர்றான்... ஆனா, எனக்குப் புரியலை... சரி ஓகே ஓகே”

தொடர்பைத் துண்டிக்கிறார்.

“பிரபாகர், டெல்லி எய்ம்ஸுக்கு அனுப்ப எல்லா ஏற்பாடும் ஏற்கனவே பண்ணியாச்சு. உங்ககிட்ட டிஸ்கஸ் பண்ணிட்டு டிசைட் பண்ணலாம்னு இருந்தேன். கூட போறதுக்கு மெடிக்கல் அசிஸ்டன்ஸ் டீம் ரெடி பண்ணுங்க. அவங்க அம்மா, தங்கையும் கூட போகட்டும். இன்னும் டூ ஹவர்ஸ்லே... ஸ்பெஷல் ஹெலி லே(*Leh*)விலேர்ந்து கிளம்பும். ஸோ... மேக் இட் ஃபாஸ்ட்.”

“ஓகே சார்.”

“பிரபாகர்... தமிழ்ல அஸ்லம் அப்படின்னு ஏதாவது வார்த்தை இருக்கா?”

“இல்லை சார். அது ஒரு பெயர். அவ்வளவுதான்.”

“நிச்சயம் அது முக்கியமான பெயராக இருக்கணும்... பேசுங்க பேசுங்கன்னு சொல்றான் யார்கிட்ட என்ன பேசணும்? எனி ஐடியா?”

பிரபாகர் தெரியாது எனத் தோளைக் குலுக்குகிறார்...

“எனக்கும் புரியலை... பட் என்னிக்காவது புரியலாம்... அன்னிக்கு... அடடா அப்பவே புரியாம போச்சேன்னு நாம வருத்தப்படலாம்” என்றார் குர்மீந்தர்

“எஸ். சார்.”

“நிறைய பிரச்சினைகளுக்கு இதுதான் காரணம்னு நினைக்கிறேன்.”

“எது சார்?” என்று குழப்பமாகப் பார்த்தபடி கேட்டார் பிரபாகர்.

“இந்த எஸ் சார்ங்கற வார்த்தை” என்றார் குர்மீந்தர் கீழ்க்கண்ணால் பார்த்தபடி...

ஐசியூ அறையில்... கண்ணீர் மல்க “பேசுங்க... பேசுங்க வன்மம் வேண்டாம் போர் வேண்டாம்... எல்லை எல்லாம் வேண்டாம்” என உதடுகளுக்குள் முனகினான் தமிழ். எப்பொழுதும் போல அந்த சாமான்யனின் குரல் உதடுகளுக்குள் முடங்கிப்போனது.

(எழுத்தாளர் செ.சுப்பையா நினைவுச் சிறுகதைப் போட்டியில் சிறந்த சிறுகதைகளில் ஒன்றாகத் தேர்வு செய்யப்பட்ட சிறுகதை)

தேனீக்களின் நடனம்

அன்பின் வாசு

என்னை இப்பொழுது நீ தேட வேண்டாம். உன்னை விவாகரத்து செய்யும் எண்ணமும் எனக்கில்லை. அப்படி இருந்தால் என்னுடைய வழக்கறிஞரிடமிருந்துதான் உனக்குக் கடிதம் வந்திருக்கும். என்னைத் தேடும் விருப்பம் இல்லாத உன்னிடம் நான் தற்சமயம் எங்கே இருக்கிறேன் என்று சொல்லி என்ன ஆகப்போகிறது? ஆனால், நான் இப்பொழுது இருக்கும் இடத்தை வர்ணிப்பது எனக்கு உவப்பானதாக இருக்கிறது. இதற்கு மேல் இந்தக் கடிதத்தை வாசிப்பாயா இல்லையா என்று எனக்குத் தெரியாது. இந்த இடம் கொய்யா மரங்கள் அடர்ந்து கிடக்கின்றன. செம்மண் நிரம்பிய இந்த நிலம் ஒரு தாயின் மடியைப்போல பாதங்களில் படும்பொழுது இளஞ்சூட்டுடன் உடலெங்கும் பரவிப் பெருகுகிறது.

கொன்றை மலர்களுக்கு இணையாக அழகு. கொய்யாப் பழங்கள் கைகளுக்கு எட்டும் மஞ்சள் நிலவைப் போல கிளைகளில் ஆடிக்கொண்டிருப்பதை நான் கண்ணெதிரே பார்த்துக்கொண்டிருக்கிறேன் வாசு. ஒரு அணிலாகப் பிறந்திருந்தால் அதோ அந்தக் கொய்யாப்பழத்தின் மீதேறி மெல்லச் சுவைத்துக்கொண்டு இருக்கலாம்.

இந்தப் பண்ணை வீட்டிற்கு நாங்கள் அடிக்கடி வருவோம். மாம்பழங்களின் பெரும்பான்மை வகைகள் இங்கே இருக்கும்.

'அனானா' என்கிற அபூர்வ ரக மாம்பழங்கள் காய்க்கும் இரண்டே இரண்டு மரங்கள் கோவாவில் கன்சௌலியம் அப்படிங்கற கிராமத்தில்தான் இருக்கின்றன என்று கேள்விப்பட்டு அப்பா அங்கே ஆளனுப்பி. அதிலேர்ந்து ஒரு செடியைக் கொண்டுவந்து இங்கே நட்டார். இந்த வகை மாமரம் உலகத்துல வேறு எங்கேயும் கிடையாது அப்படின்னு இங்கே வருகிறவர்களை எல்லாம் அழைத்து வந்து பெருமையாகக் காண்பிப்பார். யோசித்துப்பார் வாசு இந்த ரெண்டு இடத்தில் உள்ள மரங்களும் அழிந்துவிட்டால் அவ்வளவுதான் - அந்த வகை மா இனமே உலகில் இல்லை என்றாகிவிடும். அப்பா உயிரோடு இல்லை. ஆனால் இன்றுவரைக்கும் இங்கே உள்ள தோட்டக்காரர்கள் இதை வைரம் மாதிரி பத்திரமாகப் பார்த்துக்கொண்டு இருக்கிறார்கள், எனக்கு இந்த சொர்க்கம் நரகம் மேல் எல்லாம் பெரிதாக நம்பிக்கை எதுவும் இல்லை. ஆனா பவிஷோத்திர புராணம்னு அப்பா அடிக்கடி சொல்வார்- அது ஞாபகம் இருக்கு. ஒரு மனிதன் தன் வாழ்நாளில் 5 மாமரங்களையாவது நட்டால், அவன் நரகத்தைக் காணவேண்டிய துர்ப்பாக்கியம் ஏற்படாது அப்படிம்பார். அதுக்காகவாவது நான் சொர்க்கத்தையும், நரகத்தையும் நம்பவேண்டியிருக்கு.

அக்பர் ஒரு மாம்பழப் பிரியராம். அவர் பீஹார்ல இருக்கற தர்பங்கா அப்படிங்கற இடத்துல ஒரு லட்சம் மாமரக்கன்றுகளை நட்டு அந்த இடத்துக்கு லக்ஷ்பாஹா அப்படின்னு பேர் வச்சார்னு 'பழம்' பெருமை பேசுவோம் அப்படிங்கற புத்தகத்துல படிச்சேன். நான் எம்.எஸ்சி பாட்டனி அப்படின்னு சொன்னப்ப நீ நமுட்டுச் சிரிப்பு சிரிச்சது ஞாபகம் இருக்கு வாசு. எங்க அப்பாவுக்கு இருக்குற பணத்துக்கு என்னை டாக்டருக்குப் படிக்க வச்சிருக்கலாம். ஆனா நான் விருப்பப்பட்டுப் படிச்சது தாவரவியல்.

அமெரிக்கர்கள்தான் உலகின் தலைசிறந்த வணிகர்கள். அவர்களின் குருதி முழுக்க வணிகம் நிறைந்தது. ஆனால் அவர்களால் வாழைப்பழம் என்கிற ஒரு எளிய கனி இல்லாமல் ஒருநாள் நகராது. வாழைப்பழங்களின்

தேவைக்காகவே பல நாடுகளைப் பிடித்தவர்கள் அவர்கள். வாழைப்பழத்துக்காகவே ஒரு இசைப்பாடல் அங்கு பாடப்படுவதுண்டு. ஃபிராங்க் சில்வர் என்னும் பாடகர் இர்விங் கோஹனுடன் இணைந்து பாடிய "Yes we have no bananas" என்ற பாடல் மிகப் பிரசித்தம். இன்றைக்கும் கூட அமெரிக்காவில் வாழைப்பழங்கள் தட்டுப்பாடு ஏற்பட்டால் இந்தப் பாடல் அமெரிக்காவெங்கும் மிக அதிகமாக துயரத்துடன் பாடப்படுகிறது

வியாபார உலகில் இன்றைக்கு நீ கொடிகட்டிப் பறக்கிறாய். அந்த ஆச்சரியத்தில்தான் அப்பா உன்னை எனக்காகத் தேர்ந்தெடுத்தார். நீ மிக அன்பானவன். என் மீது அளப்பரிய காதல் உனக்கு உண்டு என்று எனக்கு நன்றாகத் தெரியும். உன் மீது வெறுப்பு வர ஒரு காரணம் கூட அகப்படவே இல்லை. உண்மையில் இன்றிரவு எனக்குக் கண்ணீர் இரவாகத்தான் இருக்கும். என் கோபமெல்லாம் நீ என் மீது ஏன் இத்தனை அன்பாக இருந்தாய்? உன்னுடைய முகத்தைப் பார்த்து என்னால் ஒரு எதிர்க் கருத்தைக் கூட சொல்ல முடியவில்லையே என்பதுதான். உன் காதல் நிறைந்த கண்களின் முன் என் வார்த்தைகள் அனைத்தும் வலுவிழந்து கரைந்துவிடுகின்றன. ஆனாலும் உன் பிடிவாதமான கொள்கைகள் மீது எனக்குக் கடும் விமர்சனங்கள் உண்டு.

அன்பு கொண்ட மனதிற்குப் பதிலாக இன்னும் அதிகமான அன்பைப் பரிசளிக்கலாம். ஆனால் உன் வியாபாரக் கணக்குகள் முற்றிலும் அறத்துக்கு எதிராக இருக்கின்றன. கூடலின் போது கிறங்கிக் கிடப்பது போல நான் என் கண்களை எப்பொழுதும் மூடிக்கொள்ள முடியாது வாசு. உன் லட்சிய வேட்கையின் எல்லைகள் நகரும் மேகத்தின் நிழலைத் துரத்திச் செல்வது போல, முடிவற்றதாகவே இருக்கின்றன.

நமக்குத் திருமணமாகி ஐந்து ஆண்டுகள் ஆகிவிட்டன. இன்னமும் நாம் கொஞ்சி விளையாட ஒரு மழலை இல்லை. வேடிக்கையான விஷயம் நீ குழந்தைகளுக்கான ஊட்டச் சத்து பானங்களைத் தயாரிக்கும் நிறுவனங்களின்

சொந்தக்காரன். நீ ஒவ்வொரு வருடமும் விதவிதமான சுவைகளில், விதவிதமான டப்பாக்களில் புதிது புதிதாக அறிமுகம் செய்துகொண்டே இருக்கிறாய். உன்னுடைய நிறுவன பானங்கள் பால் பவுடர்களுக்கான விளம்பரங்களில் அழகழகான குழந்தைகள் சிரித்துக்கொண்டும் தவழ்ந்து கொண்டும் கண்களை நிறைக்கிறார்கள். ஆனால், நாம் இருவரும் பூங்கரங்கள் தீண்டாத இரவுகளை மென்று தின்றுகொண்டிருக்கிறோம்.

போட்டிக்கு வேறு நிறுவனங்கள் வராமலும், தயாரிக்கும் பானங்களை எவரும் கேள்வி கேட்டுவிடாமல் இருக்கவும் நாளும் புதிய புதிய சாணக்கியத்தனங்களைப் பயன்படுத்திக்கொண்டே இருக்கிறாய்.

ஆண்டுக்கு 120 கோடிக்கு மேல் லாபம் சம்பாதிக்கிறாய். ஆனாலும் இன்னமும் போதாது என்று எல்லா தீய உபாயங்களையும், வழிகளையும் எப்பொழுதும் யோசித்துக்கொண்டு இருக்கிறாய். புறவழிச்சாலை ஓரங்களில் இருபுறமும் இலவசமாக நிழல் தரும் மரங்களை ஆங்காங்கே நடப்போகிறேன் என்று நீ அறிவித்தபோது நான் அடைந்த மகிழ்ச்சிக்கு அளவே இல்லை. ஆனால் அதிலும் உன் வியாபார மூளை மிகத் தந்திரமாக வேறொன்றைத் திட்டமிட்டிருக்கிறது என்று தாமதமாக அறிந்தபோது என்னால் கோபப்படாமல் இருக்க முடியவில்லை.

தேனீக்களின் நடனம் பற்றி நீ கேள்விப்பட்டிருக்கிறாயா? வேலைக்காரத் தேனீக்கள் சிறு குழுவாக பூக்கள் இருக்கும் இடத்தில் தேன் தேடிச் செல்லும். தேன் இருக்கும் பூக்களைப் பார்த்துவிட்டால் அவ்வளவுதான் அந்தப் பூக்களைச் சுற்றி நடனமாடத் தொடங்கிவிடும். அதன் இறக்கைகள் படபடவென அடிக்கும் இசையும் நடனமும் அவற்றின் இயல்பு. அத்தனை அழகாகக் கலையுணர்வுடன் தங்கள் உணவு வேட்டையைச் செய்யும். ஆனால் யாராவது ஒரு மனிதனைக் கொட்டிவிட்டால் போதும், மனிதன் சில நிமிட வலிக்குப்பிறகு இயல்பாகிவிடுவான். ஆனால் தேனீயின் கொடுக்கு கொட்டிய இடத்திலேயே தங்கிவிடும் அப்படி பிரியும்போது அந்தக் கொடுக்கில்

இருக்கும் விஷப்பை உடைந்து கொட்டிய தேனீயின் மீதே பரவி அந்தத் தேனீ செத்துப்போய்விடுமாம். எல்லாத் தீயசெயல்களும் அப்படித்தான் பெரும்பாலும் எய்பவர் பக்கமே திரும்பிவிடுகின்றன.

நீ ஏன் உன்னி மரங்களையும், வெறும் அழகுக்காக மட்டுமே பூக்கும் பூச்செடிகளையும், அழகான இலைகளை மட்டுமே துளிர்க்கும் குரோட்டன்களையும் மிக அதிகமாக சாலை ஓரங்களிலும் பூங்காக்களிலும் நடுவதற்குத் துடிக்கிறாய் என்று புரிந்துவிட்டது. அவை பிற மரங்களை அருகில் வளர விடாது. அதிலும் பழங்கள் என்கிற ஒரு பதமே எதிர்கால சந்ததியருக்குத் தெரிந்துவிடக் கூடாது. அவை மரங்களில் விளைகின்றவை என்கிற எண்ணமே தோன்றிவிடக் கூடாது என்பதில் மிகக் குரூரமாக இருக்கிறாய். லேபிள் ஒட்டிய பழங்களும், பிளாஸ்டிக் கவர்களில் அடைபட்ட பழங்களும் மட்டும்தான் இனி அவர்களின் கண்களில் பட வேண்டும் என்று திட்டமிட்டு உன் காய்களை நகர்த்துகிறாய்.

ஊட்டச் சத்து வேண்டும் என்றால் அது நீ விற்கும் டப்பாக்களிலும், பாட்டில்களிலும் மட்டும்தான் கிடைக்கும். அவற்றை மிஞ்சிய ஊட்டச் சத்து இயற்கையின் கொடையான பழங்களாக இருந்துவிடக்கூடாது என்று, மிக குயுக்தியாகத் திட்டமிட்டு சாலைகளில் நிழல் தரும் மரங்களே இல்லை என்று உனக்கு அனுசரணையான பத்திரிகைகளில் தொடர்ந்து உனது ஆட்கள் பிரச்சாரம் செய்துகொண்டே இருக்கிறார்கள். நீ மிகச் சரியாக கருணை பொங்க சமூக அக்கறையுடன் உன் கையில் நிழல் தரும் மரங்களை எடுத்துக்கொண்டிருக்கிறாய்.

சாலையின் ஓரங்களில் கனி தரும் மரங்களை நடவே கூடாது என்று எந்த அறிவியலாவது, சட்டங்களாவது சொல்கின்றனவா என்ன? இல்லை கனி தரும் மரங்களை நட்டால் மழை பெய்யாது என்று வானியல் நிபுணர்களோ, தாவரவியல் அறிஞர்களோ சொன்னார்களா?

நிழல் தரும் ஓய்வுக் கூடங்களை அரசு கட்டட்டும். அல்லது சுங்க வரியைக் கொள்ளை கொள்ளையாக

வசூல் செய்யும் வழிப்பறியர்கள் கட்டட்டும். உங்களைப் போன்ற பரோபகாரிகள் கனி தரும் மரங்களை நட்டால். இயற்கையின் சத்துணவாய் இருக்குமே... ஆனால் வழியெங்கும் கனி தரும் மரங்கள் இருந்தால் பழக்கடைகள் எப்படிக் கொழிக்கும்? உங்கள் ஊட்டச் சத்துதான் எப்படி கோடிகளைக் கொட்டும்?

வாசு, உனக்கும் எனக்கும் ஒரு பிரச்சினையும் இல்லை... நீயும் நானும் இன்னமும் உயிருக்கு உயிராய் ஒருவரை ஒருவர் நேசிக்கின்றோம்... வணிகம் செய்வது பிழையில்லை. வணிகம் இல்லாமல் இந்த உலகம் ஜீவிக்க முடியாது. கைகளுக்கு எட்டாதவற்றையும் வியாபாரம் செய்பவர்கள்தான் விரலருகே சாத்தியமாக்குகிறார்கள். ஆனால் ஒன்றை விற்கவேண்டும் என்றால், இன்னொன்றை அழித்துவிட்டுத்தான் சாதிக்கமுடியும் என்றால், நாம் உண்ணும் உணவு எப்படி அறமாகும்? நம் பேரக் குழந்தைகளுக்கு ஏ ஃபார் ஆப்பிள் என்பது போல பாடப் புத்தகங்களில் மட்டும்தான் இனி பழங்களைக் காண்பிக்க முடியுமா? இல்லாதபட்டவர்களுக்கு எட்டாக்கனி என்கிற சொல் இனி எழுதப்படாத சட்டமாகிவிடுமா?

பறவைகளின் சங்கீதம் இல்லாமல் சாலை இங்கு இறந்து கிடக்கிறது. கனிகள் தொங்கும் கண்கொள்ளாக் காட்சி எதுவும் இல்லாமல் வெற்றுச் சாலையைக் காணச்சகியாமல் ஜன்னல் சாத்திய வாகனங்கள் அதிவேகத்தில் பறக்கின்றன. உடலில் உயிர் என்று ஒன்று இருந்தால்தான் நிழலின் அருமையில் இளைப்பாறலாம்.

உன்னுடைய மேஜையின் இழுப்பறையில் டாக்டர் சதாசிவம் தந்த உன்னுடைய மெடிக்கல் ரிப்போர்ட் இருக்கிறது. அதை நிதானமாகப் பார். எத்தனை கோடிக்கு வேண்டுமானாலும் வியாபாரம் செய். ஆனால், அதில் ஒரு உயிருக்குக் கூட நகமளவு சேதாரம் இருக்கக் கூடாது. தேனீயின் நடனம் தேன் சேகரிக்கும் போது அத்தனை ஆனந்தம்தான்... ஆனால் கொடுக்கை செலுத்தினால் விஷப்பை எப்பொழுது வேண்டுமானாலும் தெறிக்கலாம்.

நான் உன்னை விட்டுப் பிரிந்து செல்வது தற்காலிகமாகத்தான். நீ எப்பொழுது அழைத்தாலும் அப்படியே எல்லாவற்றையும் விட்டுவிட்டு ஓடிவரத் தயாராக இருக்கிறேன். அன்பு செழிக்க இந்தப் பிரிவு நமக்குள் தேவையாக இருக்கிறது. உண்மையில் இந்தப் பிரிவு நமக்குள்ளான பிணக்கில் ஏற்பட்டதில்லை. அன்பு என்பது நீ என்னை உச்சி முகர்வதற்கும் நான் உன்னைக் கொண்டாடுவதற்கும் மட்டுமில்லை. அறம் மிக்க வாழ்வை நீ எனக்கு அளிப்பதற்கும் நான் உனக்குத் தருவதற்கும் கூட

மெல்ல யோசி... நீ மரக்கன்றுகளைத் தாராளமாக நடு. ஆனால் அவை கனி தரும் மரங்களாக இருக்கட்டும். ஏதேனும் ஒரு வறிய வயிற்றின் பசியை அவை கொல்லட்டும். அவற்றின் விதைகள் இன்னும் பல வனங்களை உருவாக்கட்டும். நம் பிள்ளைகளாக பழமரங்கள் இருக்கும் எனில் அது எத்தனை ஆனந்தமானது பூக்களாய்ச் சிரிக்கும் இலைகளால் கையசைக்கும் துளிர்களால் ஆசீர்வதிக்கும் கனிகள், நம்மை உயிர்ப்பிக்கும். அவை தரும் நிழல்களில் ஒரு வனம் உருவாகட்டும். விதைகளாகச் சிதறிக் கிடக்கும் பறவைகளின் இசையில் அவ் வனம் மெல்ல மெல்லத் துளிர்க்கும். யாரேனும் ஒருவர் நம் கண்ணெதிரே மனம் நெகிழ, வயிறு நிரம்பிய நிம்மதியோடு வாழ்த்தலாம். இனி சரித்திரங்களில் சாலையோரம் நிழல் தரும் மரங்களை நட்டார் என்பதைவிட கனிதரும் மரங்களை நட்டார்கள் என்கிற வரிகள் பெருமிதத்துடன் பதியப்படலாம்.

காத்திருக்கிறேன் வாசு. நாம் அந்தக் கனி தரும் மரங்களின் அருகே நின்று புகைப்படம் எடுக்கும் நாளை ஆவலுடன் எதிர்நோக்குகிறேன்

காதல் நிரம்பி வழியும்

உன்

கனிமொழி

கடிதத்தை மூடி வைத்துவிட்டு பெருமூச்சுவிட்ட வாசு இழுப்பறையைத் திறந்து டாக்டரின் மெடிக்கல் ரிப்போர்ட்டை

எடுத்துப் படித்தான். அது மூன்றாவது முறையாக மூன்றாவது ஆய்வகத்தில் எடுக்கப்பட்டது. வாசுவுக்கு உயிரணுக்களின் எண்ணிக்கை மிகமிகக் குறைவாக இருப்பதாக அது குற்றம் சாட்டியது. திறன்பேசியைக் கையில் எடுத்து கனிமொழியின் எண்களை ஒற்றினான் வாசு.

(இலங்கை துகள் இலக்கிய அமைப்பு நடத்திய சிறுகதைப் போட்டியில் சிறந்த சிறுகதைகளில் ஒன்றாகத் தேர்வு செய்யப்பட்ட சிறுகதை)

ஒரு ரூபாய்க்கு மேல் ஒரு ரூபாய் கூட வேண்டாம்

தைத் திங்கள் ஒன்றாம் தேதி 2023

“அங்கப் போயி உங்க அப்பா பண்ற அலம்பலைப் பாருங்க?” கோபமாக முறையிட்டாள் வானதி. அவளது சிவந்த முகம் மேலும் சிவந்திருந்தது.

“ஏன் என்னாச்சு” என்றவாறு தினசரியை வைத்துவிட்டு எழுந்தான் முகுந்தன்.

“வெயசானா மூளை பிசகிடுமா? உங்கப் பொண்ணை உக்கார வச்சிக்கிட்டு அவரு கூத்துக்கட்டி ஆடிக்கிட்டு இருக்காரு. பொங்கலுக்கு வந்தேன், புளியோதரைக்கு வந்தேன்னு எதையாச்சும் சொல்லிக்கிட்டு இங்க வந்து ஊர்நாட்டான் வேலை எல்லாம் பார்த்துக்கிட்டு இருக்காரு. கேட்டா பாரிவேட்டை ஆடறாராம். போயி நிறுத்துங்க அதை.”

“இவரு வேற....சும்மா இல்லாம எதையாச்சும் பண்ணிக்கிட்டு” முனகிக்கொண்டே அப்பா இருக்கும் அறைக்குச் சென்றான் முகுந்தன்.

“அதாகப்பட்டது பாரி ஆகிய என் ஆட்சி அதிகாரத்துக்கு உட்பட்ட முன்னூறு சிற்றூர்களும், ஒரு லட்சம் குடிமக்களும், பல்லாயிரக்கணக்கான செடிகளும், மரங்களும், கனிகளும், பறவைகளும், விலங்குகளும், பூச்சிகளும் இன்னபிற தூசி, தும்பட்டைகளும் வாழ்வதற்கான சகல உரிமையும் சகல

அதிகாரமும் பெற்றவை. மாரி எப்படி பேதமற்றுப் பெய்கிறதோ அப்படியே இந்தப் பாரியும் அன்பை, செல்வத்தைப் பொழிவான்

கொடி தளும்பினால் குடி தளும்புமே பூமியிலே... இந்தப் பூமியிலே

நாடி நரம்பெல்லாம் கொடை ததும்புமே தேகத்திலே பாரியின் தேகத்துலே

மீசையை முறுக்கிக்கொண்டே ஒரு கம்பீர நடை நடந்து அறையின் வாசல் கதவு வரை வந்தவர் முகுந்தனைப் பார்த்ததும் திகைத்து நின்றார்.

"என்னப்பா இதெல்லாம்?"

"உன் பொண்ணுக்கு ஏன் முல்லைக்கொடின்னு பேர் வச்சேன்னு ஒரு சந்தேகம் வந்துடுச்சு. பேர் வச்சது நான்தானே? அதனால நான்தானே தீர்க்கணும். அதான் பாரி வேட்டை நடத்திக்காட்டுறேன்."

"ஏற்கனவே நீங்க வச்ச முல்லைக்கொடி அப்படிங்கற பேரை, அவளைப் பள்ளிக்கூடத்துல சேர்க்கறச்ச சொன்னப்ப, அங்க உள்ளவங்க எல்லாம் அப்படி சிரிச்சாங்க. பொண்ணோட அம்மா பேரு பச்சைக்கிளியா இல்லை முத்துச்சரமான்னு கேட்டாங்க."

"என் பேத்தி சிரிச்சாளா?"

"அவளும் சிரிச்சா ஆனா அவங்களைப் பார்த்து சிரிச்சா."

"அதான்... அதான்... அவ என்னோட பேத்தி இல்லையா? பறம்புமலை அந்த பிரான்மலையோட கொழுந்துடா அவ... சிங்கம்புணரி பக்கம் வந்து முல்லைக்கொடின்னு ஒரு குரல் கொடு... தெருவுக்கு நாலு பேரு வீட்டுக்கு வெளியில வந்து நின்னு கூப்பிட்டீங்களான்னு கேப்பாளுக."

"ஊர்ப் பெருமை போதும்பா. இதை எல்லாம் வாயால, கதையா சொன்னா பத்தாதா? கூத்து ஆடிக்காட்டணுமா?"

"அதெல்லாம் கலை. கூத்துதானேன்னு சொல்லப்படாது. போனதரம் வந்தப்ப வெடி போட கத்துக் குடுத்தேன். இப்ப வெடி போட்டு என்னையே திணறடிக்கிறா உன் பொண்ணு""

"வெடியா? இப்ப ஒண்ணும் திருவிழா இல்லையே"

"உனக்குத் தெரிஞ்ச வெடி அதுதான்... நீ வெடி போடுடா கண்ணு."

“அதைச் செய்பவருக்கு அது தேவை இல்லை. அதை வாங்குபவர் அதைப் பயன்படுத்துவதில்லை. அதைப் பயன்படுத்துபவருக்கு அது தனக்குப் பயன்படுகிறது என்பதே தெரியாது. அப்படின்னா ‘அது’ என்ன?” உற்சாகமாகக் கேட்டாள் முல்லை.

“அய்ய்யே என்னம்மா இது? பள்ளிக்கூடத்துல இதை எல்லாம் போயி நீ சொன்னா கேலி பண்ணுவாங்க”

“அதெல்லாம் ஒண்ணும் சிரிக்கலைப்பா அவங்க எல்லாம் தப்புதப்பா பதில் சொன்னாங்க... நான் சரியா சொன்னதும் கைதட்டினாங்க”

“உனக்கு பதில் தெரியலை. அதான் நழுவுறே” என்று தாத்தா சீண்டினார்.

“நான் சொல்லட்டா” என்றாள் முல்லை ஆர்வமாக.

“சரி சொல்லு” என்றான் முகுந்தன் சலிப்பாக.

“அது என்னன்னா சவப்பெட்டி” என்று அவளே கைதட்டிக் கொண்டு சிரித்தாள்.

“சகிக்கலை” என்றாள் பின்னால் நின்றிருந்த வானதி.

வானதி இன்னும் ஏதாவது மனவருத்தப்படும்படி சொல்லிவிடப் போகிறாளே என்று பயந்து முகுந்தன், “அவங்க காலம் வேற உங்க காலம் வேற.... நீங்க புரியாம இதை எல்லாம் சொல்லிக்கொடுத்துட்டு இருக்காதீங்கப்பா.”

“காலம் எல்லாம் மாறத்தான் செய்யும். ஆனா, தாத்தாக்களின் உலகத்துலதான் பேரன் பேத்திங்க இருப்பாங்க. உனக்குக் கூட என்னை விட எங்கப்பா மேலதான் பாசம் அதிகம். ஏன்னு கேக்காதே அது அப்படித்தான். அதெல்லாம் உனக்கு பேரன் பேத்தி பொறக்கறப்பதான் புரியும். நீ கௌம்பு... கௌம்பு” அவரது குரலும், மீசையும் இளைக்கவே இளைக்காது. அதே கம்பீரத்துடன்தான் இருந்தன.

முல்லைக்கொடி கையில் ஒரு உண்டியலை எடுத்து வந்து, “கௌம்பறதுக்கு முன்னாடி இதுல ஒரு ரூபாய் போட்டுட்டுப் போங்க” என்று நீட்டினாள்.

“இது என்ன புதுப் பழக்கம்? ஏது இந்த உண்டியல்? இதெல்லாம் ஒண்ணும் சரியாப்படலை” என்று கோபமாக முனகிவிட்டு நகர்ந்தாள் வானதி.

“நான்தான் வாங்கிட்டு வந்தேன். வெடி போட்டா பதில் சொல்லணும்; இல்லைன்னா இதுல ஒரு ரூபாய் போடணும். நான்தான் மொதல்ல ஒரு ரூபாய் போட்டவன். நீயும் பதில் சொல்லலை. அப்ப உண்டியல்ல பணம் போடு... அந்தக் காலத்துல எல்லாம் எங்க அப்பத்தா தின்பண்டம் வாங்கணும். காசு குடுன்னா, இது மாதிரி அவங்க கேட்ட கேள்விக்குப் பதில் சொல்லணும் இல்லைன்னா அவங்க சொல்ற வீட்டு வேலையைச் செய்யணும். தேங்காய் உரிச்சுக்கொடுக்கணும், தோட்டம் கொத்தணும், ஒட்டடை அடிக்கணும் இப்படி ஏதாச்சும் செஞ்சாத்தான் கொடுப்பாங்க. இப்பல்லாம் கேட்ட உடனே வாங்கிக் கொடுத்துடறீங்க... எப்படி பணத்தோட அருமை புரியும்? அதுக்குத்தான் இந்த உண்டி.”

முகுந்தனுக்கு நியாயமாகத்தான் பட்டது. தன் சட்டைப் பையில் இருந்து பத்து ரூபாய்த்தாளை எடுத்தான்.

“அதெல்லாம் இல்லை ஒரு ரூபாய்க்கு மேல ஒரு ரூபாய் கூட கிடையாது” என்றாள் முல்லை கண்டிப்பான குரலுடன்.

“ஏன் அப்படி?”

“ஆமாண்டா... பணம் அதிகமா போயிட்டா அப்புறம் பொய், பித்தலாட்டம், திருட்டு எல்லாம் கூட வந்துடும். ஒரு ரூபாய் காசு இருந்தா போடு... போதும்.”

நல்லவேளையாக சட்டைப்பையில் இருந்தது அதை எடுத்துப் போட்டபடி, “இந்தப் பணத்துக்கு என்ன வாங்கிச் சாப்பிடுவே?” கேட்டான் முகுந்தன்.

“அதை இப்ப நாங்க சொல்லமாட்டோம்” என்று தாத்தாவைப் பார்த்துக்கொண்டே கண்ணடித்தாள் முல்லை.

பிப்ரவரி 6, 2023

அந்தியோக் நகரம் முழுக்க துர்நாற்றம் வீசியது. ஒட்டுமொத்த துருக்கியின் பெருமைமிகு நகரமாகக் கருதப்பட்ட ஹடாய்

மாகாணத்தின் அந்தியோக் நகரம் இன்று ஒரு இமாலய குலுக்கலில் புரண்டு கிடந்தது. மெஹெஜ் அக்சோல் தான் பார்த்துப் பார்த்துக் கட்டிய தன்னுடைய வீடு மண்ணுக்குள்ளேயே தலைக்குப்புற விழுந்து கிடந்ததைக் கண்டு ஓலமிட்டு அழுதார். என்ன ஒரு பரிதாபம் அவரது அழுகுரலைக் கேட்கக் கூட எவரேனும் உயிரோடு இருக்கிறார்களா என்று தெரியவில்லை. எங்கு திரும்பினும் பிணவாடை. மீட்புக்குழு ஒரு வாகனத்தில் அதிவேகமாக வந்து இறங்கி அவரிடம் “உங்களுக்குக் காயம் எதுவும் உண்டா?” என்று கேட்டனர் .

“நான் மிகக் கொடுமையான பிறவிபோலிருக்கிறது. இந்த ஊரையே இந்த மண் விழுங்கிவிட்டது. எனக்கென்று உறவுகள் யாரும் இல்லை. நான் தனியன். வியாபாரத்துக்காக வெளியூர் சென்றிருந்தேன். என்னை உயிரோடு எதற்காக இந்தப் பூமி இன்னும் தாங்கிக்கொண்டிருக்கிறது?”

“உறுப்புகள் இழந்து, காயங்களோடு பிழைத்தால்தான் மிகக் கொடூரம் அன்பரே முகாமில் இடமில்லை. மருத்துவமனையில் போதிய மருந்துகள் இல்லை. பிழைப்பது பெரும் சவால். வாழ்வது அதனினும் பெரும் சவால். உங்களுக்கு யாருடைய அபயக் குரலாவது கேட்டதா? எவருடைய மூச்சொலியையாவது உணர்ந்தீர்களா?”

“இல்லை நண்பர்களே...”

“சரி, நீங்கள் இதற்காகத்தான் பிழைத்து இருக்கிறீகள் போலும். அப்படியே இங்கேயே அமர்ந்திருங்கள். மயங்கிக் கிடக்கும் யாராவது இடிபாடுகளுக்குக் கீழே இருந்து குரல் கொடுக்கலாம் அல்லது பெருமூச்சுவிடலாம். காதுகளையும், கண்களையும் அகல விரித்துக் காத்திருங்கள். ஒருவேளை அப்படி எதுவும் நீங்கள் உணர்ந்தால் இங்கே கற்களுக்கு அடியில் கிடக்கும் அடர் வண்ணத் துணியை எடுத்துக்கொண்டு, ஏதாவது ஓர் உயரமான பகுதியில் நின்றுகொண்டு துணியை பலமாக அசையுங்கள் தொலைத் தொடர்பு வசதிகள் எதுவும் இப்பொழுது இல்லை. மீட்புக்குழுவினர் வருவதற்கு அது ஒன்றுதான் இப்பொழுது இருக்கும் ஒரே வழி.”

“விழுந்து கிடக்கும் என் வீட்டின் கீழே என் சக குடித்தனக்காரர்கள்

இருக்கலாம். மீட்பர்களே... அவர்களைத் தேடும் உத்தேசம் எதுவும் இல்லையா? உங்களால் உதவ முடியாதா?”

“ஒரு சத்தமோ, அசைவோ இல்லாத இடத்தில் வீணாகத் தோண்டிக் கொண்டிருக்க முடியாது அதற்குத் தேவையான இயந்திரங்கள் போதுமான அளவில் இல்லை. ஆட்களும் இல்லை. உங்களுக்கு இந்த மனிதர்களின் மீது உண்மையிலேயே அன்பிருந்தால் நீங்கள் செய்ய வேண்டியது இப்படியே அமர்ந்து உயிரின் ஒலி எங்கேனும் கேட்கிறதா என்று உற்றுக் கேட்டுக்கொண்டிருங்கள். அல்லது ஏதேனும் ஓர் அசைவு தென்படுகிறதா என்று பார்த்துக்கொண்டிருங்கள்.”

“அப்படியானால் நான் இங்கேயே இப்படியே தனிமையில் கிடக்க வேண்டியதுதானா?”

“ஹடாய் மாகாணத்தில் யாரும் தனிமையில் இல்லை. உங்கள் கண்ணெதிரே பிணங்கள் இந்தக் கட்டடங்களுக்குக் கீழே கிடக்கின்றன. ஒருவேளை அவற்றுள் எவற்றுக்கேனும் ஆச்சர்யகரமாக உயிர் ஒட்டிக்கொண்டு இருக்கலாம். உயிர்ப்பான ஒரோண்டாஸ் நதி உங்களுக்கு சற்று தூரத்தில் ஓடிக்கொண்டிருக்கிறது. லெவாண்டஸ் கடல் அலையின் சத்தத்தை நீங்கள் உற்றுக் கவனித்தால் இன்றிருக்கும் மயான அமைதியில் உங்களால் கேட்க முடியும். கண்ணுக்கு எதிரே பிரம்மாண்டமாக நூர் மலைகளின் பச்சைவெளிகள் தெரிகின்றன. இது நாள் வரை கவனித்திருக்க மாட்டீர்கள். இப்பொழுது கவனிக்கும் நேரம் வந்துவிட்டது. அமைதியாகக் கவனியுங்கள் நண்பரே” சொல்லிவிட்டு அவர் வாகனத்தில் ஏறிக்கொள்ளும் முன்பாக,

“நீங்கள் சாப்பிட்டீர்களா? பிரட் இருக்கிறது வேண்டுமா? நீங்கள் என்ன தொழில் செய்கிறீர்கள்?” என்று கேட்டார்.

“என்னிடம் சாப்பிட ஓரளவு இருக்கிறது. இனிப்பு உருளைக்கிழங்கும், கிட்டே(வெள்ளரி)வும் விற்பனை செய்கிறேன். உங்களுக்கு வேண்டுமா?” தன் பையில் இருந்து வெள்ளரிக்காய்களை எடுத்துத் தந்தார். அவர் மகிழ்ச்சியோடு அவற்றை வாங்கிக்கொண்டார்...

“அய்யா உங்கள் பெயரைச் சொல்லவில்லையே. மீண்டும் உங்களை அழைக்க வேண்டும் என்றால் என்ன பெயர் சொல்லி அழைப்பது?”

“என் பெயர் ஹபீப் நஜ்ஜார். மீட்பு வாகனங்கள் வந்தால் என் பெயரைச் சொல்லுங்கள். அவர்கள் உதவுவார்கள் அல்லது என்னை அழைப்பார்கள்.”

“நான் மெஹெஜ் அக்சோல்,” அவர்கள் கிளம்பினார்கள்.

சில கற்களின் இடுக்குகள் வழியே ரத்தக்கறை படிந்த கைகள் தெரிந்தன சிலவற்றில் கால்கள் மட்டும் தெரிந்தன. அருகே சென்று அவற்றை வருடிப் பார்த்தார் இடிந்த கட்டடக் கற்களின் பாரம் அவரால் அசைக்க முடியாததாக இருந்தது. ஒருநாள் பூகம்பம் ஒட்டுமொத்த துருக்கியையே புரட்டிப்போட்டிருந்தது. வெளியே தெரிந்த உறுப்புகளைக்கொண்டு அவை ஆர்மீனியர்களுடையதா, அரேபியர்களுடையதா அலாவியர்களுடையதா என்று கண்டுபிடிக்க முடியவில்லை. நிலநடுக்கம் எல்லோரது அடையாளங்களையும் அழித்திருந்தது.

காற்று சற்று ஓய்ந்திருந்தபோது மெல்லிய முனகலொலி கேட்டது

“யாருடைய குரல் இது? எங்கே இருக்கிறீர்கள் இன்னும் பலமாகக் குரல் கொடுக்க முடியுமா?” பதறினார் மெஹெஜ் அக்சோல்.

சிறிது நேரம் எதுவும் கேட்கவில்லை. மெஹெஜ் அக்சோல் தன்னுடைய காதுகளை பூமியின். மீது படும்படி தலையை சாய்த்துக்கொண்டு கேட்டார். சற்று முன்புதான் ஹடாய் மாகாணத்தையே உலுக்கி உதறிய குற்றஉணர்ச்சி எதுவுமில்லாமல் மிக அமைதியாக இருந்தது குருதி படிந்த அந்த நிலம்.

சில நொடிகளுக்குப் பிறகு மீண்டும் அந்தக் குரல்.... இம்முறை உறுதியாகச் சொல்ல முடியும் அது ஒரு சிறுமியின் குரல். மெதுவாக ஊர்ந்து ஒவ்வொரு கல்லாக நெருங்கிப் பார்த்தார். சில நிமிடங்களுக்குப் பிறகு குரல் வந்த திசையைக் கண்டுபிடித்துவிட்டார். மிகுந்த பலத்துடன் மண்மூடிய அப்பகுதியைக் கைகளால் வேகமாகத் தோண்டினார். இப்பொழுது அந்தப் பூமுகம் தெரிந்தது. ஒரு கல்லுக்கும் மண் கட்டிக்கும் இடையே அதிக சேதமின்றி முகம் மட்டும் பத்திரமாக மூச்சுவிட்டுக்கொண்டிருந்தது. அப்பகுதியை முற்றிலுமாக சுத்தம் செய்தார். வெளிச்சம் படுமளவு அனைத்தையும் அகற்றினார். உடலின் பெரும்பகுதி இன்னமும் இடிபாடுகளுக்கு இடையில் சிக்கிக் கிடந்தது. காப்பாற்றிவிடலாம்

உறுதியாகக் காப்பாற்றிவிடலாம். அருகே கிழிந்து கிடந்த சிவப்பு நிறத் துணியை எடுத்துக்கொண்டு உயரமான இடத்தை நோக்கி ஓடினார். அங்கிருந்து வேகமாக அந்தத் துணியை அசைத்தார். துயரங்களின் நெரிசல்களுக்கு இடையில் அவரையும் அறியாமல் ஒரு மகிழ்ச்சி ஊற்று கொப்பளித்தது.

சில நிமிடங்களில் ஓர் அவசர உதவி வாகனம் வந்தது. அதிலிருந்தவர்கள் அவசரமாகக் குதித்தனர். விளக்கம் சொல்ல அவகாசமில்லை.

“அங்கே ஒரு பெண் குழந்தை… இன்னும் உயிர் இருக்கிறது” சொல்லியபடி ஓடினார் மெஹெஜ். வாகனத்தில் வந்தவர்களும் பின்தொடர்ந்தார்கள். கைவசமிருந்த மண் அகற்றும் கருவிகளால் விரைந்து அகற்றினார்கள் அவளது கரங்கள் காயமடைந்து ரத்தச் சகதியாக இருந்தன. காலில் முறிவு இருக்க வேண்டும் உதவுவதற்காக மேலே பட்டபொழுது வலியில் அவை துடித்தன. குழுவில் இருந்த மருத்துவர் அவசர மருத்துவச் சிகிச்சைகளைச் செய்தார். அவளது சுவாசத்தின் அளவை தன்னிடமிருந்த கருவியால் அளந்தார். பின்னர் தலையை அப்படியும் இப்படியுமாக ஆட்டினார்.

“என்ன ஆயிற்று பிழைத்துவிடுவாளா?”

“பிராண வாயு அளவு மிகவும் குறைவாக இருக்கிறது. மருத்துவமனைகளில் அதுதான் தட்டுப்பாடாக இருக்கிறது. முறிவுகளை, காயங்களைக் கூட சரிசெய்துவிடலாம் போதிய சுவாசக்கருவிகள் இல்லாமல் துருக்கியே மூச்சுத் திணறுகிறது.”

“நான் ஹபீப் நஜ்ஜாரின் நண்பன். ஏதாவது செய்யுங்கள்.”

“சிபாரிசுகளுக்கு இப்பொழுது மதிப்பெதுவும் இல்லை நண்பரே. கையடக்க சுவாசக்கருவிகள் அதிகம் தேவைப்படுகின்றன… பக்கத்து நாடுகள் எல்லாம் பகை நாடுகளாக இருக்கின்றன. ஏதேனும் ஒரு மனிதாபிமானம் மிக்க நாடுதான் தர வேண்டும். சரி உடனே இவளை மருத்துவமனைக்கு அழைத்துச் செல்வோம். பேசுவதற்கு நேரமில்லை” அவசரமாக அவளை வாகனத்தில் ஏற்றினர்.

கள்ளக்குறிச்சி தனியார் மேல்நிலைப்பள்ளி நிர்வாக அலுவலகம்.

மாசி 8, 2023

பள்ளியின் நிர்வாக இயக்குனர் சேகரன் மிகக் கோபமாக தலைமை ஆசிரியரிடம் ஆங்கிலத்தில் கத்திக்கொண்டிருந்தார்.

"ஒரு ஸ்கூல் காம்பவுண்ட்ல உண்டியல் வச்சி ஒரு மாணவி சூதாட்டம் நடத்தி பணம் சேர்த்திருக்கா. ஆனா, உங்களுக்கு அது தெரியவே இல்லை. என்ன நிர்வாகம் செய்றீங்கன்னு புரியல."

"அவ வெளிப்படையாக எதையும் செய்யலே. புதிர் விளையாட்டு விளையாடி இருக்கா. தன்னோட பையில யாருக்கும் தெரியாம உண்டியல் வச்சிக்கிட்டு புதிர் போட்டிருக்கா. பதில் சொல்லாதவங்க ஒரு ரூபாய் போட்டிருக்காங்க. அதுவும் லஞ்ச் பிரேக்குல அதனால் யாருடைய கவனத்துக்கும் வராம போயிடுச்சு." தலைமை ஆசிரியர் பதிலும் ஆங்கிலத்தில் -

"யாரந்த தமிழாசிரியர்? அவருக்கு விஷயம் தெரிஞ்சிருக்கு."

"கதிரவன். இளைஞன்... ஆர்வக்கோளாறுல."

"நாளைக்குக் காலையில அந்தப் பெண்குழந்தை பேரென்ன முல்லைக்கொடி... அவளது பெற்றோரையும், அந்தக் கதிரவனையும் வரச்சொல்லுங்க. ரெண்டு பேரும் ஸ்கூலுக்குத் தேவையே இல்லை. வெளியே அனுப்பிவிடலாம்" கோபமாக வெளியேறினார்.

மாசி 9, 2023

பள்ளியின் நிர்வாக அலுவலகம் கள்ளக்குறிச்சி-

அலுவலக நாற்காலிகளில் தலைமை ஆசிரியர், தமிழாசிரியர் கதிரவன் முல்லைக்கொடியின் பெற்றோர் மற்றும் முல்லைக்கொடி ஆகியோர் வெவ்வேறு மனநிலைகளில் அமர்ந்திருந்தனர்.

நிமிடத்துக்கு ஒருமுறை வானதி தன்னருகில் இருந்த முல்லையைக் கடிந்தபடி இருந்தாள். முல்லையோ எந்தக் கவலையும் இல்லாமல் வழக்கமான தனது உற்சாகப் புன்னகையுடன்

அமர்ந்திருந்தாள். தலைமை ஆசிரியரிடம் மிகப் பணிவாக மகள் மீது எதுவும் நடவடிக்கை எடுக்க வேண்டாம் என்று முகுந்தன் கெஞ்சிக்கொண்டிருந்தான். அவர் பதிலெதுவும் சொல்லாமல் தன் முன்னிருந்த கோப்புக்களைப் பார்வையிடுவது போன்ற பாவனையில் இருந்தார்.

“முதல்ல உங்க அப்பாவை ஊருக்கு அனுப்புங்க. இனிமே பொங்கலுக்கு வர்றேன் உப்புமாவுக்கு வர்றேன்னு இங்க கிளம்பி வரக்கூடாது. உங்க தம்பிகிட்ட கண்டிச்சு சொல்லிடுங்க. கூட ஆயிரம் ரூபாய் வேணும்னாலும் அனுப்பிடலாம்.” சன்னமான குரலில் பற்களைக் கடித்தபடியே வானதி முகுந்தனின் காதுகளில் ஓதினாள்.

“சரி, சரி இப்ப எதுக்கு அந்தப் பேச்சு? வீட்டுக்குப் போயி பாத்துக்கலாம்” தணிந்த குரலில் சொன்னான் முகுந்தன். அப்பொழுது அறைக்குள் நுழைந்த சேகரனின் முகத்தில் எதிர்பார்த்த கடுமை இல்லை. எழுந்து நின்ற அனைவரையும் உட்காரச் சொல்லிவிட்டுத் தன் உதவியாளரிடம்-

“பத்திரிகை ஆளுங்க வந்தா வெளியே உக்கார வைங்க. நான் சொல்றவரைக்கும் உள்ளே விடவேண்டாம். எல்லாருக்கும் குடிக்க ஏதாவது சொல்லிடுங்க” அவர் தலையாட்டிவிட்டு வெளியேறினார்.

“அப்புறம் நீங்கதான் முல்லையோட அப்பாவா?”

“ஆமாங்க அவ சின்னப்பிள்ளை ஏதோ தெரியாம பண்ணிட்டா... இந்தத் தடவை மன்னிச்சுவிட்டுடுங்க இனிமே இது மாதிரி நடக்காம நாங்க பாத்துக்கறோம்” என்றான் முகுந்தன் கெஞ்சலான குரலில்...

“தில்லியில் இருக்கிற துருக்கி தூதரகத்திலேர்ந்து ரெண்டு கடிதம் வந்திருக்கு. ஒண்ணு துருக்கியோட பிரதமர் அலுவலகத்திலேர்ந்து வந்திருக்கு. இந்தியாவில் இருந்து துருக்கி பூகம்பத்துக்காக நிறைய மருந்துப் பொருட்கள், சுவாசக்கருவிகள் எல்லாம் வந்தன. அதில் கள்ளக்குறிச்சியில் இருந்து பள்ளி மாணவர்கள் தங்களுக்குள் சேமித்து முல்லை என்னும் மாணவி அனுப்பிய பணம் ரூபாய் ஏழாயிரமும் அடங்கியது என்கிற செய்தி படித்து நாங்கள் நெகிழ்ந்தோம் பல கோடி மதிப்புள்ள பொருட்கள் இந்தியாவிலிருந்து எங்களுக்கு வந்தன. இருந்தாலும் இந்த ஏழாயிரம்

ரூபாய் எங்களைப் பொறுத்தவரை பல கோடி ரூபாய்களுக்குச் சமம். ஏனெனில் குழந்தைகள் சேமித்து அனுப்பியதால் அவர்களை கௌரவப்படுத்த அந்தத் தொகைக்குச் சில சுவாசக்கருவிகளை வழங்க ஒரு நிறுவனம் ஒப்புக்கொண்டது. ஆகவே அந்தக் குழந்தைகளுக்கு எங்கள் தேசத்து மக்கள் சார்பாக மனம் நிறைந்த நன்றியைத் தெரிவியுங்கள்' என்று ஒரு கடிதம்.

இன்னொன்று அங்குள்ள ஹடாய் மாகாணத்தின் அந்தியோக் நகரத்தில் இருந்து மெஹெஜ் அக்சோல் என்பவர், ஒரு கடிதம் எழுதி இருக்கிறார். இடிபாடுகளில் சிக்கி இருந்த அயிலா என்னும் சிறுமிக்கு சரியான நேரத்தில் சுவாசக்கருவிகள் வந்து சேர்ந்ததால் அவள் பிழைத்துவிட்டாள். அவளுடைய பெற்றோர்கள் நிலநடுக்க இடிபாடுகளில் சிக்கி இறந்துவிட்டார்கள். உறவுகள் யாருமற்ற தனக்கு ஒரு மகளை உயிரோடு தந்துவிட்டீர்கள். பள்ளிக் குழந்தைகளுக்கு என் மனம் நெகிழ்ந்த நன்றி என்று எழுதி இருக்கிறார்," படித்து முடித்ததும் அவரது முகத்தில் பெருமிதம் முகுந்தனும் வானதியும் புன்னகையுடன் முல்லையைப் பார்த்தனர்.

"இந்த யோசனை உனக்கு எப்படிம்மா வந்துச்சு?"

"எங்க தாத்தாதான் சொன்னார். பாரி வேடம் போட்ட பரம்பரை நம்முது. அதனால சேர்த்த பணத்தை நல்ல செயல்களுக்குச் செலவு பண்ணணும் அப்படின்னு சொன்னார். தமிழய்யா கிட்ட இவ்வளவு பணம் சேர்ந்திருக்கு. இதெல்லாம் வினாடி, வினா போட்டியில தோத்தவங்க தந்த பணம்னு சொன்னேன். அவர்தான் அன்னிக்கு துருக்கியில பூகம்பம் நிறைய பேரு அவதிப்படறாங்க அவங்களுக்கு அனுப்புவோம்னு சொல்லி அனுப்பினார்" பள்ளி நிர்வாகிக்குத் தொடர்ந்து அலைபேசி அழைப்புகள் வந்தவண்ணம் இருந்தன. அவர் அவற்றுக்குப் பெருமை பொங்க பதிலளித்துக் கொண்டிருந்தார்.

"ஆமாம் அந்தப் பொண்ணு எங்க பள்ளிதான். அரை மணி நேரம் கழிச்சு வாங்க இங்கதான் இருக்காங்க. ஆமாம் கதிரவனும் எங்க கூடத்தான் இருக்காரு. அதுக்குள்ளே எப்படி உங்களுக்கு தகவல் வந்துச்சு? ஓ அப்படியா கல்வி அமைச்சர் அலுவலகத்திலேர்ந்தா சரி சரி வாங்க" என்று சளைக்காமல் பதில் சொல்லிக் கொண்டிருந்தார்.

“பாருங்க எத்தனை பேரு? வீட்டிலேர்ந்து வர்றதுக்குள்ள ஏகப்பட்ட பேரு கூப்பிட்டு பாராட்டுனாங்க. என்ன இருந்தாலும் அந்தக் காலத்து மனுஷங்க, மனுஷங்கதான் அவங்க எப்படி பிள்ளைகளுக்கு நல்லதைச் சொல்லித்தராங்க பாருங்க...” என்றவர் தலைமை ஆசிரியர் பக்கம் திரும்பி, “வெளியே கும்பலா பத்திரிகைக்காரவங்க நிக்கிறாங்க. நீங்களும் போயி கூட நின்னு பேட்டி குடுங்க. மறக்காம நம்ம பள்ளிக்கூடத்துப் பேரைச் சொல்லிடுங்க... அடுத்த வாரம் இவங்களுக்கு ஒரு பாராட்டு விழா நடத்திடலாம். சரிம்மா முல்லை எனக்கு ஒரு விடுகதை போடு பாக்கலாம்.”

”நான் எனது முகாமை விட்டு தெற்கு நோக்கி 3 மைல்கள் சென்றேன். அப்புறமா கிழக்குப் பக்கம் திரும்பி 3 மைல் தூரம் நடந்தேன். அப்புறம் நான் வடக்கே திரும்பி 3 மைல்கள் நடந்தேன், அந்த நேரத்தில என் கூடாரத்திற்குள் ஒரு கரடி என்னோட உணவை சாப்பிட்டு விட்டது அப்படின்னா! கரடி என்ன நிறத்தில் இருந்தது?

“இப்படி எல்லாம் குழப்பினாலும் என்னை ஏமாத்த முடியாது. கரடின்னா கறுப்பு நிறத்துலதானே இருக்கும்?”

”அதான் இல்லை. கரடியின் நிறம் வெள்ளை. ஏன்னா. நீங்க தெற்கே 3 மைல்கள், அப்புறம் கிழக்கே 3 மைல்கள், அதுக்கப்புறம் வடக்கே 3 மைல்கள் நடைபயணம் செஞ்சீங்கன்னா, உங்களோட தொடக்கப்புள்ளியில் மீண்டும் முடிவடையும் ஒரே இடம் வட துருவத்துல மட்டும்தான். துருவக் கரடிகள்தான் வட துருவத்தில் வாழும் ஒரே கரடி இனம், அவை வெள்ளை நிறத்தில்தான் இருக்கும். அதனால கரடியின் நிறம் வெள்ளை.”

“ஓ இதுல புவியியல், அறிவியல் எல்லாம் இருக்கு போல! நான் ஏதோ வார்த்தை விளையாட்டுன்னு நினைச்சேன். அப்ப சரி இந்தா” தன் சட்டைப்பையில் இருந்து நூறு ரூபாய்த் தாளை எடுத்தார்.

“ஒரு ரூபாய்க்கு மேல ஒரு ரூபாய் கூட கிடையாது.”

“அதை ஒரு ரூபாய்க்கு மேல ஒரு ரூபாய் கூட இல்லைன்னுதானே சொல்லணும்.”

“அய்யோ... பாரி தன் வாயால இல்லைன்னு சொல்ல மாட்டார் அப்படின்னு எங்க தாத்தா சொன்னார். கிடையாதுன்னா தர வேண்டாம்னு அர்த்தம். ஒரு ரூபாய் மட்டும் போடுங்க.”

“ஓ அப்படியா” சிரித்தபடி போட்டுவிட்டு ”உன்னால ஒரே ராத்திரியிலே பள்ளியோட பேரு உச்சத்துக்குப் போயிடுச்சு” பெருமையோடு சொல்லிவிட்டு ”நம்ம பள்ளிக்கூடத்துல இதைவிடப் பெரிய உண்டியல் வைங்க. பள்ளி ஆரம்பிக்கறதுக்கு முன்னால இந்த மாதிரி புதிர்ப் போட்டி வைங்க. அறிவும் வளரும்; நல்ல மனசும் வளரும். என்ன நான் சொல்றது?” என்றபடி வெளியே சென்றார் நிர்வாக இயக்குனர். முகுந்தனும் அவர் பின்னாலேயே கிளம்பினான்.

“நீங்க எங்க போறீங்க?” வானதி பாய்ந்து கேட்டாள்.

“தம்பிகிட்ட அப்பாவை எப்ப வந்து கூட்டிட்டு போறேன்னு கேக்கணும். இங்க சரியா கிடைக்க மாட்டேங்குது. அதான் வெளியில போயி பேசலாம்னு...”

“அதெல்லாம் ஒண்ணும் வேணாம். உங்கப்பா இங்கேயே இருக்கட்டும்.”

“அப்படியா? இருக்கட்டும்.” மர்மப் புன்னகையுடன் முகுந்தன் வெளியே எட்டிப் பார்த்தான் பத்திரிகையாளர் கூட்டம் அவர்களுக்காக காத்திருந்தது...

(நன்னன் நூற்றாண்டு நினைவுச் சிறுகதைப் போட்டி 2023ல் இரண்டாம் பரிசு பெற்ற சிறுகதை)

மாதவி தற்கொலை செய்துகொண்டு இருக்கிறாள்

"மாதவி தற்கொலை செய்துகொண்டு இருக்கிறாள்" என்று கணேசன் எட்டு மணிக்கு அனுப்பிய புலனச் செய்தியைப் பதினொரு மணிக்குத்தான் பார்த்தான் பார்த்திபன். பதறியபடியே கணேசனுக்கு போன் செய்தபோது, அவனது அலைபேசி அணைத்து வைக்கப்பட்டிருப்பதாக, தொடர்ச்சியாகக் குரல் சொல்லிக் கொண்டிருந்தது. கணேசனிடம் வேறு அலைபேசி இருப்பதாகத் தெரியவில்லை. கிட்டத்தட்ட பத்து வருடங்களுக்கு முன்பு ஒன்றாகப் படித்துப் பழகிய நட்பில் இன்று தொடர்பில் இருப்பது அவன் மட்டுமே. ஆகையினால் கணேசனைத் தெரிந்த மற்ற நண்பர்களின் எண்கள் எதுவும் கைவசம் இல்லை

நேற்றைய இரவு நிர்வாகம் நடத்திய மதுவிருந்தின் மயக்கம் இன்னும் கலையாமல் இருந்தது. ஆறு மாதத்திற்கு ஒருமுறை கம்பெனி நிர்வாகமே வைக்கும்... பதவி உயர்வு, பிறந்தநாள், திருமண நாள் என எல்லாக் கொண்டாட்டத்துக்கும் அங்கு நிர்வாகம் அனுமதித்துவிட்டதால் யாரும் தப்பவே முடியாது. ஊழியர்கள் வெளியில் மது அருந்தி பிரச்சினைகளில் சிக்க வேண்டாம் என்கிற உயரிய எண்ணத்தில் அனுமதிப்பதாக ஹெச். ஆர்.வெங்கட்ராமன் நிர்வாகத்தை மெச்சி அதன் ரகசியத்தை அவிழ்த்தார். அங்கேயே இரவு தூங்கி ஞாயிறு காலை விடியலைத்

தரிசிக்கவும் சிறப்பு அனுமதியை வெங்கட்ராமன் பெற்றுத் தந்திருந்தார்.

கோயம்புத்தூருக்கு நேரடியாகக் கிளம்பிச் செல்வதைத் தவிர வேறு வழியில்லை. சென்னையில் இருந்து அத்தனை தூரம் பயணிப்பதை நினைத்துப்பார்த்தால் ஆயாசமாகத்தான் இருக்கிறது. ஆனால் அந்தச் செய்தி தந்த பதட்டம் அடங்குவதாக இல்லை.

கோயம்பேட்டில் பேருந்தைப் பிடித்து அமர்ந்த பொழுது, 'இதெல்லாம் தேவையா?' என்று தோன்றியது. மறுபடி மொபைலை எடுத்து கணேசனுக்கு முயற்சித்தான். ம்ஹூம்... அணைத்து வைக்கப்பட்டு இருப்பதாக அதே குரல்... அதே செய்தி... தன்னிச்சையாக வாட்ஸப்பைத் திறந்து பார்த்தான். அரிக்காத மணிக்கட்டை அனிச்சையாக சொறிவது போல, காரணமே இல்லாமல் வாட்ஸப்பைத் திறந்து, திறந்து பார்ப்பது நோய் போல ஆகிவிட்டது. கணேசன் அனுப்பிய செய்தி அபத்தமாக இருந்தது. மாதவி தற்கொலை செய்துகொண்டு இருக்கிறாள் என்பது என்ன ஒரு பிழையான வாக்கியம். எதிரே ஒரு உயிர் தற்கொலை செய்து கொண்டிருக்கும்போது எப்படி ஒருவனால் மெசேஜ் டைப் செய்து கொண்டிருக்க முடியும்? தற்கொலைக்கு முயற்சி என்றால் கூட ஓர் அர்த்தமிருக்கிறது

மாதவி கல்லூரிக் காலத்தில் அவர்களது கல்லூரியின் இணையற்ற பேரழகி. அதைவிட அவளது விஞ்ஞான அறிவு அசாத்தியமானது. வகுப்பிலும் லேப்-லும் அவளது பரபரப்பான அதிதீவிரமான ஈடுபாடு அவளுக்கு மேரி க்யூரி என்கிற ரகசிய பட்டப்பெயரைத் தந்திருந்தது. ஒவ்வொரு அறிவியல் வகுப்பிலும் தர்க்க ரீதியாக எல்லா பேராசிரியர்களுடன் விவாதித்துதான் எல்லாவற்றையும் ஏற்றுக்கொள்வாள். அவளை ரகசியமாகவும், பகிரங்கமாகவும் பலரும் காதலித்துக்கொண்டிருந்தனர். பண பலத்தில் மிதக்கும் செல்வா அவளது கடைக்கண் பார்வைக்காக கல்லூரியில் எவருமே வைத்திராத கவர்ச்சியான மோட்டார் பைக்கில் அவளின் பின்னாடியே சுற்றிக் கொண்டிருந்தது, பலருக்கும் வயிற்றில் புளியைக் கரைத்துக்கொண்டிருந்தது... படிப்பைத் தவிர ஸ்போர்ட்ஸ், டான்ஸ், கராத்தே என உடல் சார்ந்த அனைத்துக் கலைகளிலும் வித்தகன்...

போதாததற்கு கல்லூரியின் முதல் மாணவன் புள்ளைபூச்சி என்று பட்டப்பெயர் தாங்கிய சந்துருவும் அவளைத் தன் பக்கம் கவர படாதபாடுபட்டுக்கொண்டிருந்தான். கல்லூரியே அவள் யார் பக்கம் திரும்புவாள்? என்று அறிவிக்கப்படாத போட்டி ஒன்றை நடத்திக்கொண்டிருந்தது.

பார்த்திபன் அவளோடு சகஜமாகப் பேசுவதுண்டு. ஆபத்தில்லாத பிராணிகள் பட்டியலில் சர்வ நிச்சயமாகத் தன் பெயர் உண்டு என்பது பார்த்திபனுக்குத் தெரியும். ஆதலால் கல்லூரியின் சகல ஜீவராசிகளும் அவ்வப்பொழுது கள நிலவரத்தை அவன் மூலம் அறிய முற்படும். அதில் கொஞ்சம் கெத்தாகவும் இருந்தான் பார்த்திபன். ஆனால் யாருமே எதிர்பாராதபடி அவள் நரேனைக் காதலிப்பதாக அறிந்தபோது கல்லூரியே அதிர்ச்சியில் உறைந்து போனது.

நரேன் எப்பொழுதும் வானத்தைப் பார்த்துக்கொண்டே இருப்பான். உடன் படித்த மாணவர்களின் பெயர்களை விட அதிகமாக நட்சத்திரங்களின் பெயர்களைச் சொல்வான். சொல்லப்போனால் அவன் மாதவியின் பக்கம் அதிகம் நாட்டம் கொண்டவனாக யாராலும் யூகிக்கக் கூட முடியவில்லை. எப்படி அவன் தன்னைக் காதலிப்பதாக மாதவி தெரிந்துகொண்டாள் என்பது புரியாத புதிராகவே இருந்தது.

மிகச் சாதாரணமான குடும்பத்தில் இருந்து வந்தவன் நரேன். அவ்வப்பொழுது குடிப்பவன் என்பதால் அவன் மீது ஒரு ஒவ்வாமை எல்லோருக்கும் இருந்தது. மதிப்பெண்கள் மீது அதிகம் நம்பிக்கை கொண்டவனில்லை. அவனது மூளை எப்பொழுதும் பாடத் திட்டத்துக்கு வெளியே யோசித்துக்கொண்டிருந்தது. கல்லூரி நிகழ்ச்சி ஒன்றிற்காக அழைப்பிதழை ப்ரூஃப் பார்க்கப்போன சந்துரு அதன் காப்பியை எடுத்து வந்தபோது எதேச்சையாக அதனை வாங்கிப் பார்த்த நரேன்,

“*August presence*இல் ஆகஸ்ட்ல உள்ள *A* வுக்கு ஏண்டா கேபிட்டல்? அப்படிப் போட்டா... ஆகஸ்ட் மாசம்னு அர்த்தம் மாறிடும். ஸ்மால் லெட்டர் ஏ போட்டாத்தான் மதிப்புமிக்க வருகைன்னு அர்த்தம் வரும். *Capitonyms*னு அதுக்குப்பேரு” என்றபோதுதான் அப்படி ஒரு விஷயம் இருப்பதே எங்களுக்குத் தெரிந்தது.

ஜோனஸ் சால்க் பிறந்தநாள் என்று அக்டோபர் 28 ஆம் தேதி எல்லோருக்கும் சாக்லெட் கொடுத்து, கொண்டாடினான். போலியோவுக்கு சொட்டு மருந்து கண்டுபிடித்து, இது மக்களுக்கானது என்று கோடிக்கணக்கான ரூபாய் வருவாயை இழந்து அதற்கான பேடண்ட் ரைட் வாங்க மறுத்ததால்தான் இன்றைக்கு இலவசமாக எல்லோருக்கும் கிடைக்கிறது என்று விளக்கம் சொன்னான்.

முதலாம் ஆண்டு தொடங்கி, வேஸ்ட் மேனேஜ்மெண்ட் என்று ஒரு விஷயத்தை எடுத்துக்கொண்டு பயனற்ற பொருட்களை வைத்துக்கொண்டு பேட்டரியால் இயங்கும் நான்கு சக்கர வண்டியைக் கல்லூரி உபயோகத்துக்காக உருவாக்கியது அவனது பெயரை நீண்ட நாளுக்குச் சொல்லிக்கொண்டிருந்தது. என்றைக்காவது ஒருநாள் ஸ்டீபன் ஹாக்கிங் போல ஒரு சயிண்டிஸ்டாக வருவேன் என்று அவன் கூறிக்கொண்டிருந்ததை கேலி செய்துகொண்டிருந்தது ஒரு கூட்டம்.

மாதவி அந்த அதீதத்தின் மீதுதான் கவரப்பட்டாள் என்பது அவளோடு பேசிக்கொண்டிருந்தபோது புரிந்தது. நரேனும் அவளும் ஒருமுறை சுவாரசியமாக எதையோ விவாதித்துக்கொண்டிருந்தபோது எதேச்சையாக பார்த்திபன் அதில் ஒரு பார்வையாளனாக மட்டுமே இருக்க முடிந்தது. ஏனெனில் அவர்கள் பேசிக்கொண்டிருந்தது பிக்பேங்க் தியரியைப் பற்றி... நரேன் அப்பொழுது ஜெயெந்த் விஷ்ணு நர்லிகர் என்பவரின் சூர்யக்குடும்பக் கொள்கை பற்றி காரசாரமாக விவாதித்துக் கொண்டிருந்தான்.

இடையில் புகுந்து பார்த்திபன் அசட்டுத்தனமாக...

"நீங்க ரெண்டு பேரும் லவ் பண்ணிக்கிட்டு இருக்கீங்களாமே?"

"ஆமா அதுக்கென்ன இப்போ?"

"இல்லை... உங்க குடும்பத்தைப் பத்திப் பேசிக்கிட்டு இருக்காம, சூரியக் குடும்பத்தைப் பத்தி பேசிக்கிட்டு இருக்கீங்களே?"

"ஸ்டுப்பிட்... நாம எல்லோருமே சூரியக் குடும்பம்தான்..."என்று எரிச்சலாகச் சொல்லிவிட்டு அவளிடம் பேச்சைத் தொடர்ந்தான் நரேன்.

மாதவியே அவனது எல்லாச் செலவுகளையும் பார்த்துக்கொண்டாள்.

அட்டெண்டன்ஸ் குறைந்து அவன் எக்ஸாம் எழுத முடியாது என்ற நிலை வந்தபோது, பிரின்சிபல் மற்றும் நிர்வாகத்திடம் கெஞ்சிக் கூத்தாடி அவனை எழுத வைத்தாள்.

பார்த்திபன் அதற்காக மாதவியிடம் சற்றுக் கோபமாகவே-

"ஏன் இந்த நொண்டிக்குதிரையைப் பிடிவாதமாகத் தலையில தூக்கிக்கிட்டு ஓடிக்கிட்டு இருக்கறே?" என்று கேட்டான்.

"ஏன்னா அது மூளையுள்ள குதிரை..." என்று புன்னகையோடு பதில் சொன்னாள்.

கல்லூரியை விட்டு வெளியே வந்து பல வருடங்களுக்குப் பிறகு மாதவி தன் வீட்டில் உள்ளவர்களை எதிர்த்துக்கொண்டு அவனையே திருமணம் செய்து கொண்டதாகவும், நரேன் ஒரு கம்பெனியில் நிலைத்திருக்காமல் குரங்கு போலத் தாவிக்கொண்டிருப்பதாகவும் செவிவழிச் செய்திகள் பார்த்திபனை வந்தடைந்தன. மிகச் சமீபமாக கணேசன் அவளை கோவையில் சந்தித்ததாக, இதேபோல் ஒரு வாட்ஸப் செய்தியை அனுப்பினான். ஆர்வத்தோடு அவனைத் தொடர்புகொண்டு பேசியபோது நரேன் குடிப்பழக்கத்துக்கு அடிமையானதாகவும், கல்லூரிக்குச் செல்லாமல் எப்படி மட்டம் போட்டானோ அதேபோல வேலைக்கும் செல்வதில்லை என்றும், மாதவிதான் மறுபடி மறுபடி வேதாளத்தைச் சுமக்கும் விக்கிரமாதித்தன் போல அவனைச் சுமந்துகொண்டு கஷ்டப்படுகிறாள் என்றும் சொன்னான்.

வண்டி கோவையை அடைந்த போது விடிந்திருந்தது. கணேசனின் வீட்டுக் கதவைத் தட்டி அவன் வெளியே வந்து இவனை விட அதிகமாகத் திகைத்தான்.

"என்னடா இப்படி திடுக்குன்னு வந்து நிக்கிறே?"

"போடா... இவனே... நீ பாட்டுக்கு மாதவி தற்கொலை செய்து கொண்டிருக்கிறாள்னு மெசேஜ் அனுப்பிட்டு செல்லை ஆஃப் பண்ணிட்டு எனக்கென்னான்னு தூங்கிட்டு இருக்கே?"

"அடடா மெசேஜ் டைப் பண்ணிக்கிட்டு இருக்கும்போதே பேட்டரி ட்ரெயின் ஆகி சுவிட்ச் ஆஃப் ஆயிட்டுதுடா... அதை சார்ஜ் போட்டுட்டு, வேற போன் யூஸ் பண்ணிக்கிட்டு இருந்தேன்.

இதுல உன் நம்பர் இல்லை. அந்த மெசேஜ் உனக்கு வந்துடுச்சு போல சாரிடா. இன்னும் அந்த போனை ஆன் பண்ணலை.”

“மாதவிக்கு என்னடா ஆச்சு?”

“அவளுக்கு ஒண்ணும் ஆகலை. ஆனா... நரேன் ஒருமாதிரி சித்த பிரம்மை பிடிச்சா மாதிரி ஆயிட்டான்...”

“இதுக்காடா அப்படி ஒரு மெசேஜ் அனுப்புவே... நான் பதறிச் சிதறி ஓடி வர்றேன்” அப்படியே தலையில் கைவைத்துக் கீழே அமர்ந்தான்.

”இல்லடா.... மாதவி வேலையை விட்டுட்டா....நரேனை பார்த்துக்க ஒரு ஆள் வேணுமாம்.”

“என்னது வேலையை விட்டுட்டாளா? லூசாடா அவ...?”

“யார் சொல்லியும் கேக்க மாட்டேங்குறா. தன்னை நம்பி வீட்டை எதிர்த்துக்கிட்டு, உறவை எல்லாம் விட்டுட்டு வந்துட்டானாம்... அவனைக் காப்பாத்த வேண்டியது அவ பொறுப்பாம்.”

“சரி கிளம்பு அவளைப் பார்ப்போம்” நரேன் மருத்துவமனையில் இருந்ததால் அங்கேயே சென்றார்கள்.

“கோர்ஸாகாஃப்ப்சிண்ட்ரோம்” என்றாள் மாதவி.

“அப்படின்னா?”

“குடியால அவரோட மூளை பாதிக்கப்பட்டிருக்கு... நினைவுகள் அழிஞ்சிகிட்டே வருது.”

“ஏன் அப்படி அவனைக் குடிக்க விட்டே.?”

“நான் குடிக்க விட்டேனா?... காதலி சம்மதம் சொன்னா குடிப்பீங்க... ஒத்துக்கலைன்னா குடிப்பீங்க... பாஸ் பண்ணிட்டா குடிப்பீங்க... வேலை கிடைச்சா குடிப்பீங்க... கிடைக்கலைன்னாலும் குடிப்பீங்க.. அக்ரிமெண்ட் சைன் ஆயிடுச்சின்னா கம்பெனியே குடிக்க வைக்கும்... அஞ்சு நாள் வேலை செஞ்சுட்டா சாட்டர்டே ஃபீவர்னு சனிக்கிழமை சாயங்காலம் குடிக்கக் கிளம்பிடுவீங்க... ஒரு சயண்டிஸ்ட்டா வரவேண்டியவனை, இந்த சனிக்கிழமை பார்ட்டிகள்தான் குடிக்க வச்சி மொடாக்குடியன் ஆக்கிடுச்சு...”

ஒரு தம்ளர் தண்ணியைக் குடித்துச் சிறிது ஆசுவாசமானாள்.

“சாட்டர்டே ஃபீவர் இவரை நிரந்தர நோயாளி ஆக்கிடுச்சு. கேட்டா சோஷியல் டிரிங்கர்... இன்னிக்கு பிரைவேட் கம்பெனி சனிக்கிழமை பார்ட்டி வைக்க காரணமே சம்பந்தப்பட்டவர்களை நோயாளியாக்கி அவனை வெளியேற்ற ஒரு காரணத்தைச் செயற்கையாக உருவாக்கத்தான்... மூளையைக் கசக்கிக்கிட்டு ஆயிரம் ப்ரோக்ராம் பண்றீங்க. உங்களை எவாக்குவேட் பண்ண கம்பெனி ப்ரோக்ராம் பண்றதைக் கண்டுபிடிக்க முடியலன்னா உங்களுக்கு மூளை இருந்து என்ன பிரயோஜனம். .

இப்ப அவர் மூளை இருந்தும் முழு முட்டாள்... ஒரு மனநோயாளியைக் கூட ட்ரீட்மெண்ட்ல ஒருநாள் சரி பண்ணிடலாம்... மூளைபிசகிய குடி நோயாளியை எப்படி சரிபண்றது? இனிமே அவர் நடைப்பிணம்... குடிக்கலைன்னா அவருக்கு கை கால் நடுங்க ஆரம்பிச்சிடும். குடிச்சா மூளை இன்னும் மோசமாகிடும்” குமுறி அழுதாள்.

“எல்லாம் தெரிஞ்சும் உன் வாழ்க்கையை ஏன் நாசமாக்கிக்கிட்டு இருக்கே?”

“நான் ஒண்ணும் நளாயினி தமயந்தி இல்லே. அவரோட குடும்பத்துக்குத் தகவல் சொல்லி அனுப்பினேன். செத்தாக்கூட தகவல் சொல்லாதேன்னு இரக்கமில்லாம விட்டுட்டு எட்ட போயிட்டாங்க. இப்ப அவருக்குத் தேவை ஒரு கருணையுள்ள துணை. எல்லா பொம்பளைங்களும் காவியத்துல வர்றதுக்கோ, கட்டுனப் பாவத்துக்கோ, ஊர் உலகத்துக்கு பயந்துகிட்டோ குடிகாரனைக் காப்பாத்தறதில்லே... கருணை... இரக்கம்... விட்டுட்டுப் போக முடியாம தடுக்குற தாய்மை. இப்ப அவர் புருஷனில்லை எனக்கு பிள்ளை.”

“வேலையை விட்டுட்டு, செலவுக்கு என்ன பண்ணுவே?”

“மெடிக்கல் ட்ரான்ஸ்கிரிப்ஷன்... வீட்டுலேர்ந்தே செய்து தர ஆர்டர் கிடைச்சிருக்கு. எவ்வளவு உழைக்கிறோமோ அவ்வளவு பணம். இப்போதைக்கு நரேனையும் பார்த்துக்கிட்டு செலவையும் சமாளிக்க இதுதான் ஒரே வழி.”

ஸ்டீபன் ஹாக்கிங் போலவே நரேனும் சக்கர நாற்காலியில் ஒரு பொட்டலம் மாதிரி மடங்கிக் கிடந்தான். ஆனால் மூளை முற்றிலும் சிதைந்து... சக்கர நாற்காலியில் வைத்துத் தள்ளிக்கொண்டு வந்தவர்களிடமிருந்து மேரி க்யூரி கைமாற்றி ஸ்டீபன் ஹாக்கிங்கை சரிந்துவிடாமல் கைகளால் தாங்கியபடி தள்ளிக்கொண்டு வந்தாள். நரேனின் கை கால்கள் வெலவெலத்து நடுங்கிக்கொண்டிருந்தன. இப்பவும் வானத்தையே பார்த்துக்கொண்டிருந்தான் சிந்தனைகளற்று ஒரு ஜடம் மாதிரி... கைகளில் இருந்த பணத்தை அவள் கையில் திணித்தனர்...

இருவரும் வெளியே வந்து காரில் ஏறியபொழுது இருவருக்கும் இடையில் பேச ஒன்றுமில்லை. கணேசனின் இன்னோவா காரின் கேப்டன் சீட் தனித்தனியாக கைப்பிடி வைத்து வசதியாகத்தான் இருந்தது. ஆனால், சக்கரநாற்காலியில் அமர்ந்துகொண்டு பிடிமானத்துக்கு இறுகப் பிடித்திருப்பது போலவே தோன்றியது பார்த்திபனுக்கு.

நன்றி : கொலுசு திங்களிதழ்

நெய்வேலி பாரதிக்குமார் என்கிற புனைபெயரில் சிறுகதைகள், கவிதைகள், கட்டுரைகள், நாவல், விமர்சனங்கள் எழுதிவரும் ச.செந்தில்குமார், நெய்வேலி என்.எல்.சி. இந்தியா நிறுவனம் சுரங்கம் 1 இல் முதன்மை மேலாளராகப் *(Chief Manager)* பணிபுரிகிறார்.

நான்கு சிறுகதைத் தொகுதிகள், மூன்று கவிதைத் தொகுதிகள், ஒரு நாவல், இரண்டு குறுநாவல்கள், ஒரு குறுநாவல் தொகுப்பு, எட்டுக் கட்டுரை நூல்கள், எடிசனின் வாழ்க்கை வரலாற்று நூல், ஒரு நாடக நூல் உட்பட மொத்தம் 21 புத்தகங்கள் வெளிவந்துள்ளன. அமேசான் கிண்டிலில் மின்நூல் ஒன்று வெளிவந்துள்ளது. இரண்டு குறும்படங்களை இயக்கியுள்ளார். ஒரு ஆவணப்படத்திற்கு ஒளிப்பதிவு செய்துள்ளார். இவரது விழிப்புணர்வுக் கதைகளை, தமிழ்நாடு அரசு சுகாதாரத்துறை விளம்பரப்படமாகத் தயாரித்து வெளியிட்டு இருக்கிறது. இரண்டு திரைப்படங்களுக்கு வசனமும் எழுதியுள்ளார். திரைப்படம் ஒன்றில் ஒரு பாடலும் எழுதியுள்ளார். பொதிகை தொலைக்காட்சியில், இவரது சிறுகதை நாடகமாக ஒளிபரப்பானது. புதுவை வானொலியில் மூன்று நாடகங்கள் ஒலிபரப்பாகியுள்ளன.

இதுவரை 50க்கும் மேற்பட்ட இலக்கியப் போட்டிகளில் வெவ்வேறு நிலைகளில் பரிசுகள் பெற்றவர். (மொத்தம் 57).

சேலம் எழுத்துக்களம் இலக்கிய விருது, திருவில்லிபுத்தூர் கலை இலக்கியப் பேரவை சார்பில் சிறந்த எழுத்தாளர் விருது, நெய்வேலி புத்தகக் கண்காட்சி சிறந்த எழுத்தாளர் விருது, சௌமா இலக்கிய விருது 2021 மற்றும் 2024, பவர் சமூக இயக்க விருது, ஸீரோ டிகிரி பதிப்பகத்தார் 2022 மற்றும் 2023 ஆம் ஆண்டுகளில் நடத்திய சிறுகதைப் போட்டியில் சிறந்த சிறுகதைக்கான விருது மற்றும் 2023 ஆம் ஆண்டு குற்றியலுகரம் நாவலுக்காக இரண்டாம் பரிசு, திருப்பூர் முத்தமிழ்ச் சங்க விருது, தேனி தமிழ்நாடு கலை இலக்கிய மேடை வழங்கிய கவிக்கோ அப்துல் ரகுமான் விருது, கம்பம் தமிழ் இலக்கியப் பேரவை விருது ஆகிய விருதுகளைப் பெற்றுள்ளார்.

சென்ற 2022 ஆண்டுக்கான சிறந்த நூல் பரிசை கலகக்காரக் கலைஞர்கள் புத்தகத்துக்காக தமிழ்நாடு அரசு தமிழ் வளர்ச்சித்துறை வழங்கி கௌரவித்திருக்கிறது.

சென்ற 2023ஆம் ஆண்டு தமிழ்நாடு அளவில் நடைபெற்ற நன்னன் நூற்றாண்டு சிறுகதைப் போட்டியில் பங்கெடுத்து, தமிழக முதல்வர் மு.க.ஸ்டாலின் அவர்களின் கரங்களால் இரண்டாம் பரிசு வழங்கப்பட்டது.

www.ingramcontent.com/pod-product-compliance
Lightning Source LLC
LaVergne TN
LVHW100823051026
849519LV00006B/2159